EINFALDLEGA SJÁVARFANG

100 LJÚFFENGAR OG SJÁLFBÆRAR
SJÁVARRÉTTAUPPSKRIFTIR

Baldur Almr

Allur réttur áskilinn.

Fyrirvari

Upplýsingunum sem er að finna í þessari rafbók er ætlað að þjóna sem alhliða safn aðferða sem höfundur þessarar rafbókar hefur rannsakað. Samantektir, aðferðir, ábendingar og brellur eru aðeins meðmæli frá höfundi og lestur þessarar rafbókar mun ekki tryggja að niðurstöður manns muni nákvæmlega endurspegla niðurstöður höfundar. Höfundur rafbókarinnar hefur lagt allt kapp á að veita lesendum rafbókarinnar núverandi og nákvæmar upplýsingar. Höfundur og félagar hans munu ekki bera ábyrgð á óviljandi villu eða vanrækslu sem kunna að finnast. Efnið í rafbókinni getur innihaldið upplýsingar frá þriðja aðila. Efni frá þriðja aðila samanstanda af skoðunum frá eigendum þeirra. Sem slíkur tekur höfundur rafbókarinnar ekki ábyrgð eða ábyrgð á efni eða skoðunum þriðja aðila.

Rafbókin er höfundarrétt © 2024 með öllum rétti áskilinn. Það er ólöglegt að endurdreifa, afrita eða búa til afleitt verk úr þessari rafbók í heild eða að hluta. Enga hluta þessarar skýrslu má afrita eða endursenda á nokkurn hátt afrita eða endursenda á nokkurn hátt án skriflegs og undirritaðs leyfis höfundar.

EFNISYFIRLIT

EFNISYFIRLIT..3

KYNNING..7

HUMAR..8

   1. Humar Thermidor með Newburg sósu..........................9
   2. Maine humarrúlla..12
   3. Fylltur humar Thermidor..15
   4. Humar með vanillu..18

RÆKJA..20

   5. Kryddaðar grillaðar rækjur...21
   6. Grillaðar kryddjurtirækjur..24
   7. Rækjur en brochette...27
   8. Rækjupakkar..29
   9. Basil rækjur..31
   10. Grillaðar beikonvafðar rækjur..................................33
   11. Grillaðar rækjur..35
   12. Alabama rækjubakað..37
   13. Næstum rækjur Paesano...39
   14. Bauna- og rækjurisotto...41
   15. Bjór-steikt rækjur...44
   16. Soðin Gulf rækja..46
   17. Rémoulade sósa..48
   18. California Scampi..50
   19. Kampavínsrækjur og pasta.......................................52
   20. Kókosrækjur með Jalapeño hlaupi...........................55
   21. Kókos Tempura rækjur...57
   22. Cornsicles með rækjum og Oregano........................60
   23. Rjómalöguð Pestó rækjur...63

24. Delta rækjur..65
25. Rjómaðar rækjur..67
26. Eggaldin kanóar..69
27. Hvítlauksrækjur..72
28. Grillaðar marineraðar rækjur...75
29. Texas rækjur...78
30. Hawaiian rækjuspjót...80
31. Hunang-tímían grillaðar rækjur..82
32. Ristað hvítlauksmarinering...85
33. Heitar og kryddaðar rækjur..87
34. Ítalsk steikt rækja..90
35. Jerk rækjur með sætum jamaískum hrísgrjónum..................92
36. Sítrónu-Hvítlaukssteiktar rækjur.......................................94
37. Lime pipar rækjur..96
38. Louisiana rækjusvæðið..98
39. Malibu Stir Fry rækjur..100
40. Bakaðar rækjur..102
41. Virkilega flott rækjusalat...104
42. M-80 klettarækjur...106
43. Skál af bænum..110
44. Rækjur a la Plancha yfir Saffran Allioli ristuðu brauði...........113
45. Rækjukarrý með sinnepi..117
46. Rækju karrý..119
47. Rækjur í hvítlaukssósu...122
48. Rækjur í sinnepsrjómasósu...124
49. Gazpacho...126
50. Rækjur Linguine Alfredo...129
51. Rækjur Marinara...131
52. Rækjur Newburg..133
53. Kryddaðar marineraðar rækjur..136
54. Krydduð Singapore rækja...139
55. Starlight rækjur..141

KOLKRABBI...143

56. Kolkrabbi í rauðvíni............144
57. Súrsaður kolkrabbi............147
58. Kolkrabbi eldaður í víni............150
59. Sikileyskur grillaður kolkrabbi............152

Höðspúður............155

60. Pottera með sjávarfangi............156
61. Bakaðar hörpuskel með hvítlaukssósu............159
62. Hörpuskel Provencal............161
63. Hörpuskel með hvítri smjörsósu............163

Ýsa............166

64. Ýsa með jurtasmjöri............167
65. Cajun krydduð ýsa............170
66. Ýsu, blaðlaukur og kartöflukæfa............172
67. Reykt ýsa og tómatchutney............174

Lax............177

68. Töfrabakaður lax............178
69. Lax með granatepli og kínóa............180
70. Bakaður lax og sætar kartöflur............183
71. Bakaður lax með svörtum baunasósu............186
72. Paprika grillaður lax með spínati............189
73. Lax Teriyaki með grænmeti............192
74. Lax í asískum stíl með núðlum............196
75. Poached lax í tómatar hvítlaukssoði............199
76. Steiktur lax............202
77. Poached Lax með Grænu Herb Salsa............204
78. Kalt soðið laxasalat............207
79. Poached lax með klístrað hrísgrjónum............211
80. Sítrus laxaflök............215
81. Lax lasagne............218
82. Teriyaki laxflök............222
83. Crispy Skin Lax með kapersdressingu............225

84. Laxaflök með kavíar...228
85. Ansjósugrillaðar laxasteikur....................................232
86. BBQ reykgrillaður lax...235
87. Kolagrillaður lax og svartar baunir.........................238
88. Eldvargur grillaður Alaskan lax..............................242
89. Flash grillaður lax..245
90. Grillaður lax og smokkfisk blekpasta.....................248
91. Lax með grilluðum lauk...251
92. Cedar plank lax...255
93. Reyktur hvítlaukslax..258
94. Grillaður lax með ferskum ferskjum......................260
95. Reyktur lax og rjómaostur á ristuðu brauði...........264
96. Engifer grillað laxasalat...267
97. Grillaður lax með fennel salati...............................270
98. Grillaður lax með kartöflu og karsa........................273

SVERÐFISKUR...277

99. Mandarín sesam sverðfiskur..................................278
100. Kryddaðar sverðfiskasteikur................................280

NIÐURSTAÐA...282

KYNNING

Það er fátt í lífinu sem bragðast eins ljúffengt og guðdómlegt á tungu þinni og nýsoðinn eða sérlega útbúinn humar, rækjuréttur eða túnfiskur. Ef þú hefur aldrei þekkt bragðið af krabba eða sjávarfangi sem bráðnar í munni þínum, þá er þessi bók fyrir þig!

Það eru svo margar bragðgóðar leiðir til að fella sjávarfang inn í matarundirbúninginn þinn. Þetta er holl og ljúffeng leið til að borða magurt, mettandi prótein og burðarás Miðjarðarhafsfæðisins.

Uppskriftirnar hér að neðan innihalda lax, rækjur, hörpuskel, kolkrabba og ýsu. Hver uppskrift er tiltölulega auðveld í gerð og full af ótrúlegu bragði. Það er eitthvað fyrir alla, allt frá rækjusteiktum hrísgrjónum til pestólaxs til fullkomlega steiktra hörpuskelja

HUMAR

1. Humar Thermidor með Newburg sósu

Hráefni
Sósa
- 3 matskeiðar smjör
- 1 bolli samlokusafi
- 1/4 til 1/2 bolli mjólk
- 1/2 tsk paprika
- Klípa af salti
- 3 matskeiðar sherry
- 2 matskeiðar alhliða hveiti
- 4 matskeiðar léttur rjómi

Humar
- 5 aura humarkjöt, skorið í 1-tommu bita
- 1 matskeið smátt saxaðir pimentos
- 1/2 bolli þykkir sneiddir sveppir
- 1 msk saxaður graslaukur
- Smjör til að steikja
- 1 matskeið sherry

Newburg sósa
- 1/2 til 1 bolli rifinn Cheddar ostur
- Forhitaðu ofninn í 350 gráður F.

Leiðbeiningar
a) Bræðið smjör yfir miðlungs lágum loga. Þegar það er alveg bráðið, bætið við paprikunni og hrærið í 2 mínútur. Bætið hveitinu við smjörið og hrærið í 2 til 3 mínútur til að elda rouxið. Hrærið stöðugt til að brenna ekki. Bætið samlokusafanum út í og hrærið þar til þykknun hefst. Bætið 1/4 bolli af mjólk, léttum rjóma og

sherry út í. Látið malla í 5 mínútur og bætið 1/4 bolli af mjólk við ef þarf.

b) Bræðið nægilega mikið smjör yfir meðalhita til að hylja botninn á þungri, stórri sautépönnu. Setjið humar, graslauk, pimentos og sveppi á pönnuna og hrærið í 3 til 4 mínútur. Hækkið hitann í háan og bætið sherryinu út í til að gljáa pönnuna. Farið varlega þar sem sherríið getur logað þegar áfengið brennur af.

c) Hrærið 4 aura af Newburg sósu saman við og hrærið í 1 mínútu. Hellið í einn skammta pott og stráið ostinum yfir. Bakið í um það bil 5 mínútur eða þar til osturinn hefur bráðnað og freyðandi.

2. Maine humarrúlla

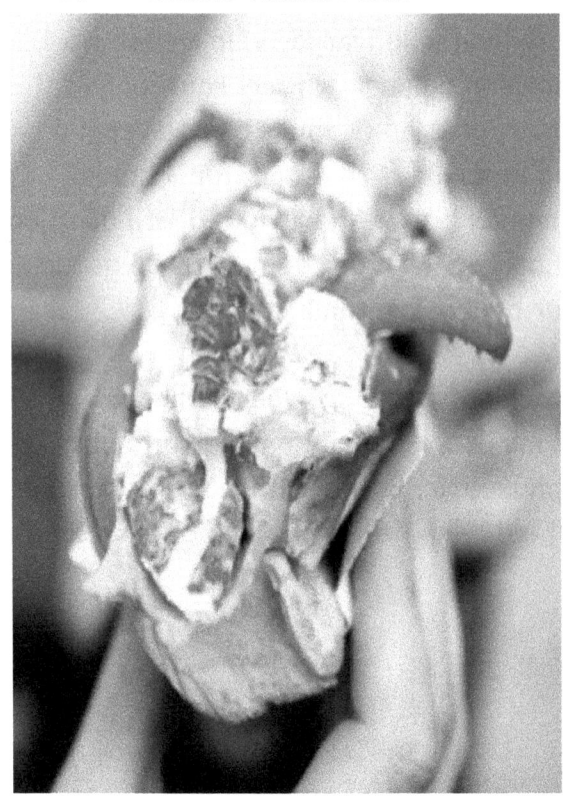

Hráefni
- Fjórir 1 til 1 1/4 punda humar
- 1/4 bolli auk 2 matskeiðar majónesi
- Salt og nýmalaður pipar
- 1/4 bolli fínt skorið sellerí
- 2 matskeiðar ferskur sítrónusafi
- Klípa af cayenne pipar
- 4 toppskipt pylsubollur
- 2 matskeiðar ósaltað smjör, brætt
- 1/2 bolli rifið Boston salat

Leiðbeiningar
a) Útbúið stórt ísvatnsbað. Í mjög stórum potti með sjóðandi saltvatni, eldið humarinn þar til hann verður skær rauður, um það bil 10 mínútur. Notaðu töng, dældu humrinum í ísvatnsbaðið í 2 mínútur og tæmdu síðan.

b) Snúðu humarhalunum og klærnar af og fjarlægðu kjötið. Fjarlægðu og fargaðu þarmabláœðinni sem liggur eftir lengd hvers humarhala. Skerið humarkjötið í 1/2 tommu bita og þurrkið það, setjið síðan yfir í sigti yfir skál og kælið þar til það er mjög kalt, að minnsta kosti 1 klst.

c) Blandið humarkjötinu saman við majónesið í stórri skál og kryddið með salti og pipar. Hrærið selleríinu, sítrónusafanum og cayennepiparnum saman við þar til það hefur blandast vel saman.

d) Hitið stóra pönnu. Penslið hliðar pylsubollanna með bræddu smjöri og ristið við vægan hita þar til þær eru gullinbrúnar á báðum hliðum. Færið pylsubollurnar yfir á diska, fyllið þær með rifnu salatinu og humarsalatinu og berið fram strax.

3. Fylltur humar Thermidor

Hráefni
- 6 (1 pund) frosnir humarhalar
- 10 matskeiðar smjör, brætt
- 1 bolli ferskir sveppir í sneiðum
- 4 matskeiðar hveiti
- 1 tsk þurrt sinnep
- 2 strik malaður múskat
- 2 strá cayenne pipar
- 1 tsk salt
- 1 bolli mjólk
- 1 bolli hálf-og-hálfur
- 2 eggjarauður, örlítið þeyttar
- 1 tsk sítrónusafi
- 2 matskeiðar sherryvín
- 1/2 bolli fínn brauðrasp
- 2 matskeiðar rifinn parmesanostur

Leiðbeiningar
a) Forhitið ofninn í 450 gráður F.
b) Settu humarhala í stóran pott með sjóðandi vatni og loku. Eldið þar til það er mjúkt, um 20 mínútur; holræsi.
c) Skerið hvern hala í tvennt eftir endilöngu og sneiðið humarkjöt í teninga. Leggið tóma humarhala til hliðar.
d) Hellið 1/4 bolli smjöri í pott; bætið sveppum út í og steikið þar til þær eru aðeins brúnar. Blandið hveiti út í og blandið kryddi saman við. Bætið mjólk og hálfu og hálfu smám saman við blönduna, hrærið stöðugt þar til þykkt. Bætið

litlu magni af heitri blöndu við eggjarauður, hrærið stöðugt í; setjið síðan eggjarauðublönduna aftur í rjómasósu, hrærið stöðugt í og eldið þar til hún þykknar. Hrærið sítrónusafa, sherry og humarkjöti saman við; skeið í humarskeljar. Blandið saman brauðmylsnu, parmesanosti og afganginum af smjöri; stráið yfir fyllta humarhöla. Settu á kökuplötu og bakaðu við 400 gráður F í 15 mínútur.

Þjónar 6.

4. Humar með vanillu

Hráefni
- Lifandi 1 1/2 pund humar á mann
- 1 laukur
- 1 hvítlauksgeiri
- Tómatar, roðhreinsaðir og smátt saxaðir
- Smá vín eða fisksoð
- Smjör
- Sherry
- Vanilludropar
- Cayenne pipar

Leiðbeiningar
a) Skerið humarinn í tvennt. Brjóttu klærnar og klipptu skottið í gegnum samskeytin. Bræðið smjörhnúð á þungri suðupönnu, steikið laukinn og hvítlaukinn varlega. Bætið humarbitunum út í og eldið þar til þeir verða rauðir áður en þeir eru fjarlægðir á heitan stað.

b) Hækkið nú hitann og bætið restinni af hráefninu út í, nema vanillu, smjöri og cayenne. Minnkaðu tómatana þar til þeir eru orðnir freyðandi deppur, lækkaðu þá hitann og bætið smjörinu í bita og hrærið svo sósan skilist ekki.

c) Að lokum bætið við hálfri teskeið af vanillu og hristingi af cayenne. Hellið sósunni yfir humarinn og berið fram með hrísgrjónum.

RÆKJA

5. Kryddaðar grillaðar rækjur

Þjónar 6

Hráefni

- 1/3 bolli ólífuolía
- 1/4 bolli sesamolía
- 1/4 bolli fersk steinselja-söxuð
- 3 matskeiðar Spicy Chipotle BBQ sósa
- 1 matskeið saxaður hvítlaukur
- 1 msk asísk chile sósa 1 tsk salt
- 1 tsk svartur pipar
- 3 matskeiðar sítrónusafi
- 2 pund. stórar rækjur, skrældar og æðahreinsaðar
- 12 tréspjót, liggja í bleyti í vatni
- Nudda

Leiðbeiningar

a) Þeytið saman ólífuolíu, sesamolíu, steinselju, spicy chipotle BBQ sósu, söxuðum hvítlauk, chilesósu, salti, pipar og sítrónusafa í blöndunarskál. Settu til hliðar um 1/3 af þessari marineringunni til að nota á meðan þú grillar.

b) Settu rækjurnar í stóran plastpoka sem hægt er að loka aftur. Hellið afganginum af marineringunni út í og þéttið pokann. Kælið í 2 klst. Forhitaðu Good-One® grillið fyrir háan hita. Þræðið rækjur á teini, götið einu sinni nálægt skottinu og einu sinni nálægt höfðinu. Fargið marineringunni.

c) Léttolía grillrist. Eldið rækjur í 2 mínútur á hverri hlið þar til þær eru ógagnsæjar, stráið oft með frátekinni marinade

6. Grillaðar kryddjurtirækjur

Þjónar 4

Hráefni

- 2 pund. afhýddar og skrældar risarækjur ¾ bolli ólífuolía
- 2 matskeiðar nýkreistur sítrónusafi 2 bollar söxuð fersk basilíka
- 2 hvítlauksrif, mulin
- 1 msk saxuð steinselja 1 tsk salt
- ½ tsk oregano
- ½ tsk nýmalaður svartur pipar

Leiðbeiningar

a) Leggið rækjur í einu lagi í grunnt gler- eða keramikfat.
b) Blandið ólífuolíunni saman við sítrónusafann í matvinnsluvél.
c) Lokið og kælið í 2 klst. Hrærið í rækjunni 4 til 5 sinnum meðan á marinering stendur.
d) Undirbúið grillið.
e) Smyrjið létt á grillgrindina.
f) Leggið rækjurnar á grindina með olíu (má stæla ef vill) yfir glóðin og grillið í 3 til 5 mínútur á

hvorri hlið þar til þær eru örlítið kolnar og eldaðar. Ekki ofelda.
g) Berið fram strax.

7. Rækjur en brochette

Fyrir 4 (forréttaskammtar)

Hráefni

- ½ matskeið heit sósa
- 1 msk sinnep að hætti Dijon 3 msk bjór
- ½ pund stór rækja, afhýdd og afveguð
- 3 beikonsneiðar, skornar langsum í 12 strimla
- 2 matskeiðar ljós púðursykur

Leiðbeiningar
a) Blandið heitu sósunni, sinnepi og bjór saman í blöndunarskál.
b) Bætið rækjunni saman við og blandið til að hún hjúpist jafnt. Geymið í kæli í að minnsta kosti 2 klst. Tæmið og geymið marineringuna. Vefjið hverri rækju inn með beikonrönd.
c) Præðið 3 rækjur á 4 tvöfalda teini. Setjið bæklingana í grunna skál og hellið frátekinni marineringunni út í. Stráið rækjunni sykrinum yfir. Kælið í að minnsta kosti 1 klst
d) Útbúið Good-One Grill. Settu bæklingana á grillið, helltu marineringunni yfir og lokaðu lokinu. Eldið í 4 mínútur, snúið þeim síðan við, lokaðu lokinu og eldið í 4 mínútur.
e) Berið fram strax

8. Rækjupakkar

Hráefni

- 4 pund. Stór rækja
- 1 bolli smjör eða smjörlíki
- 1 stór hvítlauksgeiri, saxaður
- 1/2 tsk svartur pipar
- 1 tsk salt
- 1 bolli steinselja, söxuð

Leiðbeiningar

a) Afhýðið og hreinsið rækjur
b) Rjómasmjör; bætið afganginum út í smjörið og blandið vel saman. Skerið 6 (9 tommu) ræmur af sterkri álpappír. Skerið síðan hverja ræmu í tvennt. Skiptið rækjum jafnt á hvert stykki af filmu. Toppið hvern með 1/12 hluta af smjörblöndunni, bætið álpappír upp í kringum rækjur; snúið þétt til að innsigla. Settu rækjupakka á glóð. Eldið 5 mínútur.

Gerir 12 pakka

9. Basil rækjur

Hráefni

- 2 1/2 matskeiðar ólífuolía
- 1/4 bolli smjör, brætt
- 1/2 sítróna, safi
- matskeiðar gróft kornað tilbúið sinnep
- aura hakkað ferskt basil
- hvítlauksgeirar, saxaðir
- salt eftir smekk
- 1 klípa hvítur pipar
- 3 pund ferskar rækjur, afhýddar og afvegaðar

Leiðbeiningar

a) Blandið saman ólífuolíu og bræddu smjöri í grunnu fati eða skál sem ekki er gljúpt. Hrærið síðan sítrónusafa, sinnepi, basil og hvítlauk út í og kryddið með salti og hvítum pipar. Bætið rækjum út í og blandið til að hjúpa. Lokið og setjið í kæli eða kæli í 1 klukkustund. Forhitið grillið í háan hita.

b) Fjarlægðu rækjurnar úr marineringunni og þræddu þær á teini. Rífið létt með olíu og raðið teini á grillið. Eldið í 4 mínútur, snúið einu sinni, þar til það er tilbúið.

10. Grillaðar beikonvafðar rækjur

Hráefni

- 1 pund stór rækja
- beikonsneiðar, skornar í 1/2
- pepper jack ostur

Leiðbeiningar

a) Þvoið, skeljið og dáið rækjur. Skerið bakið á hverri rækju. Setjið litla ostsneið í raufina og vefjið með beikonstykki. Notaðu tannstöngul til að halda saman.

b) Eldið á grillinu þar til beikonið er aðeins stökkt. Þetta er ljúffengt og auðvelt!

11. Grillaðar rækjur

Hráefni

- 1 pund meðalstór rækja
- 3-4 matskeiðar ólífuolía
- 2 matskeiðar "Old Bay Seasoning"

Leiðbeiningar

a) Afhýðið og devein rækjur, skilja eftir á hala. Setjið allt hráefnið í renniláspoka og hristið vel. Þetta getur marinerað 5 mínútur eða nokkrar klukkustundir.

b) Setjið rækjur á „grillpönnu" (með götum svo að rækjurnar falli ekki á milli rifna á grillinu) og grillið meðalhátt í nokkrar mínútur. Mjög kryddaður

Þjónar 2

12. Alabama rækjubakað

Hráefni

- 1 bolli smjör eða smjörlíki, brætt
- 3/4 bolli sítrónusafi
- 3/4 bolli Worcestershire sósa
- 1 matskeið salt
- 1 msk grófmalaður pipar
- 1 tsk þurrkað rósmarín
- 1/8 tsk malaður rauður pipar
- 1 matskeið heit sósa
- 3 hvítlauksrif, söxuð
- 2 1/2 pund óafhýddar stórar eða stórar rækjur
- 2 sítrónur, þunnar sneiðar
- 1 meðalstór laukur, þunnt sneið
- Ferskir rósmaríngreinar

Leiðbeiningar

a) Sameina fyrstu 9 hráefnin í lítilli skál; setja til hliðar.

b) Skolaðu rækjur með köldu vatni; tæmdu vel. Leggðu rækjur, sítrónusneiðar og lauksneiðar í ósmurt 13 x 9 x 2-tommu eldfast mót. Hellið smjörblöndu yfir rækjur. Bakið afhjúpað, við 400 gráður F í 20 til 25 mínútur eða þar til rækjur verða bleikar, stráið stundum með pönnusafa. Skreytið með ferskum rósmaríngreinum.

13. Næstum rækjur Paesano

Hráefni

- Rækjur
- 1 egg
- 1 bolli mjólk
- Salt og pipar eftir smekk
- 1 pund of stór rækja, afhýdd og afveguð, skott eftir á
- 1/2 bolli alhliða hveiti
- Grænmetisolía

Leiðbeiningar

a) Blandið saman eggjum, mjólk, salti og pipar í grunnri skál. Dýfðu rækjum í blöndu, dýfðu síðan létt í hveiti.

b) Hitið olíu á pönnu þar til það er heitt og bætið svo rækjum við 4 til 6 í einu og tryggið að rækjur hafi nóg pláss til að elda þær. (Mikilvægt er að rækjur séu ekki nálægt hvor annarri eða snerti þær.) Brúnaðu þær á annarri hliðinni, snúðu svo við og brúnaðu þær á hinni. Eldið þar til það er tilbúið, eða setjið á bökunarplötu í forhituðum 350 gráður F ofni til að klára eldunina. Á meðan, undirbúið sósu.

14. Bauna- og rækjurisotto

Hráefni

- 1 ½ bolli laukur, saxaður
- 1 pund afhýddar rækjur
- 4 hvítlauksgeirar, saxaðir
- 1 bolli baunir
- 1 msk ólífuolía
- 1 dós nýrnabaunir eða ½ bolli soðnar
- 3 til 4oz. sveppir, skornir í sneiðar
- nýrnabaunir í þurrum pakka, skolaðar,
- 1 ½ bolli Arborio hrísgrjón, tæmd
- 3 dósir fitulaust natríumsnautt kjúklingasoð
- 1 meðalstór tómatur, saxaður
- bolli af parmesan eða Asiago osti
- salt og pipar eftir smekk

Leiðbeiningar

a) Steikið lauk, hvítlauk og sveppi í olíu í stórum potti þar til mjúkt, 5 til 8 mínútur.
b) Hrærið hrísgrjónum út í og eldið í 2 til 3 mínútur.
c) Hitið seyði að suðu í miðlungs potti; minnka hitann í lágan. Bætið 1 bolla af seyði við hrísgrjón og eldið, hrærið stöðugt, þar til seyðið hefur frásogast, 1 til 2 mínútur. Bætið 2 bollum af seyði hægt út í og látið malla, hrærið, þar til seyðið hefur frásogast.

d) Bætið rækjum, bautum og afganginum af seyði í pottinn. Eldið, hrærið oft, þar til hrísgrjónin eru aðeins mjúk og vökvi frásogast, 5 til 10 mínútur.
e) Bæta við baunum og tómötum; elda 2 til 3 mínútur lengur. Hrærið osti saman við; kryddið eftir smekk með salti og pipar.

15. Bjór-steikt rækjur

Hráefni

- 3/4 bolli bjór
- 3 matskeiðar jurtaolía
- 2 matskeiðar niðurskorin steinselja
- 4 tsk Worcestershire sósa
- 1 hvítlauksgeiri, saxaður
- 1/2 tsk salt
- 1/8 tsk pipar
- 2 pund stórar rækjur, án skurn

Leiðbeiningar

a) Blandið saman olíu, steinselju, Worcestershire sósu, hvítlauk, salti og pipar. Bæta við rækjum; hrærið. Þekja; látið standa við stofuhita í 1 klst.

b) Tæmdu, geymdu marineringuna. Settu rækjur á vel smurða grillgrind; steikið 4 til 5 tommur af hita í 4 mínútur. Snúa; penslið með marineringunni. Steikið í 2 til 4 mínútur í viðbót eða þar til skær bleikt.

Gerir 6 skammta

16. Soðin Gulf rækja

Hráefni

- 1 lítra vatn
- 3 aura krabbakjöt
- 2 sítrónur, sneiddar
- 6 piparkorn
- 2 lárviðarlauf
- 5 pund hrá rækja í skurninni

Leiðbeiningar
a) Látið sjóða vatnið kryddað með krabbasuðu, sítrónum, piparkornum og lárviðarlaufum. Slepptu rækjum.
b) Þegar vatn sýður aftur, eldið jumbo eða stórar rækjur í 12 til 13 mínútur og meðalstórar rækjur í 7 til 8 mínútur. Takið af hitanum og bætið 1 lítra af ísvatni út í. Látið sitja í 10 mínútur. Tæmdu.

17. Rémoulade sósa

Hráefni

- 1/2 matskeið kreóla sinnep eða meira
- 2 matskeiðar rifinn laukur
- 1 pint majónesi
- 1/4 bolli piparrót eða meira
- 1/2 bolli saxaður graslaukur
- 1/4 tsk salt
- 1 matskeið sítrónusafi
- 1/4 tsk pipar

Leiðbeiningar

a) Blandið öllu hráefninu saman. Berið fram yfir köldu soðnu rækju í aðalrétt með rækju-remoulade eða notaðu sem ídýfu fyrir soðnar rækjur. Sósa er best eftir 24 klst.
b) Gerir 2 1/4 bolla sósu.

18. California Scampi

Hráefni

- 1 pund smjör, skýrt
- 1 matskeið saxaður hvítlaukur
- 1 tsk salt
- 1 tsk pipar
- 1 1/2 pund stór rækja, afhýdd og æðahreinsuð

Leiðbeiningar

a) Hitið 3 matskeiðar af skýra smjörinu í stórri pönnu. Bætið hvítlauk út í og steikið. Bætið við salti og pipar og rækjunum, sem má fiðrilda, ef vill. Steikið þar til rækjurnar breyta um lit og verða meyrar. Bætið restinni af smjörinu út í og hitið í gegn. Setjið rækjur á diska og hellið heitu smjöri yfir.
b) Gerir 4 til 6 skammta
c)

19. Kampavínsrækjur og pasta

Hráefni

- 8 aura englahárpasta
- 1 matskeið extra virgin ólífuolía
- 1 bolli ferskir sveppir í sneiðum
- 1 pund meðalstór rækja, afhýdd og afveguð
- 1-1/2 bollar kampavín
- 1/4 tsk salt
- 2 matskeiðar saxaður skalottlaukur
- 2 plómutómatar, skornir í teninga
- 1 bolli þungur rjómi
- salt og pipar eftir smekk
- 3 matskeiðar saxuð fersk steinselja
- nýrifinn parmesanostur

Leiðbeiningar

a) Látið suðu koma upp í stórum potti af léttsöltu vatni. Sjóðið pasta í sjóðandi vatni í 6 til 8 mínútur eða þar til al dente; holræsi. Á meðan hitarðu olíu á miðlungsháum hita á stórri pönnu. Eldið og hrærið sveppi í olíu þar til þeir eru mjúkir. Fjarlægðu sveppina af pönnunni og settu til hliðar.

b) Blandið rækjum, kampavíni og salti saman á pönnunni og eldið við háan hita. Þegar vökvi byrjar að sjóða skaltu fjarlægja rækjur af pönnunni. Bætið skalottlaukum og tómötum við kampavín; sjóðið þar til vökvinn er minnkaður í

1/2 bolli, um það bil 8 mínútur. Hrærið 3/4 bolli rjóma út í; sjóða þar til örlítið þykkt, um 1 til 2 mínútur. Bætið rækjum og sveppum í sósuna og hitið í gegn.

c) Stilltu krydd eftir smekk. Kasta heitu, soðnu pasta með afganginum 1/4 bolli rjóma og steinselju. Til að bera fram, setjið rækjur með sósu yfir pasta og toppið með parmesanosti.

20. Kókosrækjur með Jalapeño hlaupi

Hráefni

- 3 bollar rifin kókos
- 12 (16–20 eða 26–30) rækjur, afhýddar og afvegaðar
- 1 bolli hveiti
- 2 egg, þeytt
- Grænmetisolía

Leiðbeiningar

a) Ristaðu kókoshnetuna létt á kökuplötu í 350 gráðu heitum ofni í 8 til 10 mínútur.
b) Fiðrildið hverja rækju með því að kljúfa eftir endilöngu niður miðjuna, skera þrjá-fjórðu hluta leiðarinnar í gegn. Dýptu rækjunni í hveiti og dýfðu síðan í egg. Þrýstu rifnu kókoshnetunni ofan í rækjurnar og steiktu síðan í 350 gráður F jurtaolíu þar til þær eru gullinbrúnar.
c) Berið fram með Jalapeño hlaupi.

21. Kókos Tempura rækjur

Hráefni

- 2/3 bolli hveiti
- 1/2 bolli maíssterkju
- 1 stórt egg, þeytt
- 1 bolli rifinn ferskur kókos
- 1 bolli ískalt gosvatn
- Salt
- 1 pund stór rækja, afhýdd, afveinuð og skottið á
- Creole krydd
- 1 krukka mangó chutney
- 1 grisja
- 1 msk kóríander, smátt saxað

Leiðbeiningar

a) Forhitið steikingarvélina.
b) Blandið saman hveiti, maíssterkju, eggi, kókos og gosvatni í meðalstórri blöndunarskál. Blandið vel saman til að mynda slétt deig. Kryddið með salti. Kryddið rækjurnar með Creole kryddi. Haltu í hala rækjunnar, dýfðu í deigið, húðaðu alveg og hristu afganginn af. Steikið rækjurnar í lotum þar til þær eru gullinbrúnar, um það bil 4 til 6 mínútur. Fjarlægðu og tæmdu á pappírshandklæði. Kryddið með Creole kryddi.

c) Afhýðið grjónirnar. Skerið grjónin þunnt, langsum. Steikið þær þar til þær eru gullinbrúnar. Fjarlægðu og tæmdu á pappírshandklæði. Kryddið með Creole kryddi.
d) Settu smá mangóchutney í miðjuna á hverjum disk. Leggið rækjuna utan um chutneyið. Skreytið með steiktum grjónum og kóríander.

22. Cornsicles með rækjum og Oregano

Hráefni

- 6 eyru maís
- 1 tsk salt
- 1/4 tsk hvítur pipar
- 1 matskeið saxað ferskt mexíkóskt oregano eða
- 1 tsk þurrkað mexíkóskt oregano
- 12 meðalstórar rækjur
- 24 Popsicle prik

Leiðbeiningar

a) Afhýðið, devein og skerið rækjur í teninga. Snyrtu maísinn og fjarlægðu hýði og silki. Geymið og þvoið stærri hýðina. Skerið maískornin af kolunum, skafið út eins mikla mjólk og þið getið. Malið kjarnana með því að nota kjötkvörn með beittu blaði. Bætið við salti, hvítum pipar, oregano og rækjum. Blandið vel saman.

b) Forhitið ofninn í 325 gráður F.

c) Setjið matskeið af maísblöndunni á miðjuna á hreinu hýði. Brjóttu vinstri hlið hýðisins inn í miðjuna, síðan þá hægri og brjóttu síðan botnendann upp. Ýttu Popsicle staf 2 til 3 tommur inn í opna endann og klíptu hýði utan um prikinn með fingrunum. Rífðu þunnan þráð úr þurru hýði og bindðu hann utan um kornið. Setjið snúðana, stangirnar í loftið og mjög þétt saman, í glerofnform eða brauðform. Bakið í 30 mínútur, þar til maísblandan er orðin þétt og traust.

d) Til að borða cornsicle skaltu afhýða maíshýðið og borða það heitt af prikinu, eins og þú myndir gera Popsicle.

23. Rjómalöguð Pestó rækjur

Hráefni

- 1 pund linguine pasta
- 1/2 bolli smjör
- 2 bollar þungur rjómi
- 1/2 tsk malaður svartur pipar
- 1 bolli rifinn parmesanostur
- 1/3 bolli pestó
- 1 pund stór rækja, afhýdd og afveguð

Leiðbeiningar

Látið suðu koma upp í stórum potti af léttsöltu vatni. Bætið linguine pasta við og eldið í 8 til 10 mínútur, eða þar til al dente; holræsi. Í stórri pönnu, bráðið

smjörið við meðalhita. Hrærið rjóma út í og kryddið með pipar. Eldið 6 til 8 mínútur, hrærið stöðugt. Hrærið parmesanosti út í rjómasósu, hrærið þar til það er vel blandað. Blandið pestóinu saman við og eldið í 3 til 5 mínútur þar til það þykknar. Hrærið rækjunum saman við og eldið þar til þær verða bleikar, um það bil 5 mínútur. Berið fram yfir heitu linguininu.

24. Delta rækjur

Hráefni

- 2 lítra vatn
- 1/2 stór sítróna, skorin í sneiðar
- 2 1/2 pund óafhýddar stórar ferskar rækjur
- 1 bolli jurtaolía
- 2 matskeiðar heit sósa
- 1 1/2 tsk ólífuolía
- 1 1/2 tsk hakkaður hvítlaukur
- 1 tsk söxuð fersk steinselja
- 3/4 tsk salt
- 3/4 tsk Old Bay krydd
- 3/4 tsk þurrkuð heil basil
- 3/4 tsk þurrkað heilt oregano
- 3/4 tsk þurrkað heilt timjan
- Laufsalat

Leiðbeiningar

a) Hitið vatn og sítrónu að suðu; bæta við rækjum og elda í 3 til 5 mínútur. Tæmdu vel; skola með köldu vatni. Afhýðið og afhýðið rækjuna, þannig að skottið sé ósnortið. Setjið rækjur í stóra skál.

b) Sameina olíu og næstu 9 innihaldsefni; hrærið með vírþeytara. Hellið yfir rækjuna. Kasta til að húða rækjur.

25. Rjómaðar rækjur

Hráefni

- 3 dósir rækjusúpa
- 1 1/2 tsk karrýduft
- 3 bollar sýrður rjómi
- 1 1/2 pund rækjur, soðnar og afhýddar

Leiðbeiningar

a) Blandið öllu hráefninu saman og hitið ofan á tvöföldum katli.
b) Berið fram yfir hrísgrjónum eða í bökuskeljum.

26. Eggaldin kanóar

Hráefni

- 4 meðalstór eggaldin
- 1 bolli laukur, saxaður
- 1 bolli grænn laukur, saxaður
- 4 hvítlauksgeirar, saxaðir
- 1 bolli paprika, saxuð
- 1/2 bolli sellerí, saxað
- 2 lárviðarlauf
- 1 tsk timjan
- 4 tsk salt
- 1 tsk svartur pipar
- 4 matskeiðar beikonfeiti
- 1 1/2 pund hráar rækjur, afhýddar
- 1/2 bolli (1 stafur) smjör
- 1 msk Worcestershire sósa
- 1 tsk Louisiana heit sósa
- 1 bolli kryddað ítalskt brauðrasp
- 2 egg, þeytt
- 1/2 bolli steinselja, söxuð
- 1 pund krabbakjöt
- 3 matskeiðar sítrónusafi
- 8 matskeiðar Romano ostur, rifinn
- 1 bolli skarpur Cheddar ostur, rifinn

Leiðbeiningar

a) Skerið eggaldin í tvennt eftir endilöngu og sjóðið í söltu vatni í um 10 mínútur eða þar til þær eru mjúkar. Skerið innan úr og saxið smátt. Setjið eggaldinskeljar í grunnt eldfast mót. Steikið lauk, grænan lauk, hvítlauk, papriku, sellerí, lárviðarlauf, timjan, salt og pipar í beikonfeiti í um það bil 15 til 20 mínútur. Bætið söxuðum eggaldin út í og eldið undir lok í um 30 mínútur.

b) Á sérstakri pönnu, steikið rækjur í smjöri þar til þær verða bleikar, um það bil 2 mínútur, bætið síðan við eggaldinblönduna. Bætið Worcestershire sósu, heitri sósu, brauðmylsnu og eggjum við eggaldinblönduna. Hrærið steinselju og sítrónusafa saman við. Bæta við osti. Brjótið krabbakjötið varlega saman við. Fylltu eggaldinskeljar með blöndu. Bakið afhjúpað við 350 gráður F þar til heitt og brúnt, um 30 mínútur.

Gefur 8 skammta

27. Hvítlauksrækjur

Hráefni

- 2 matskeiðar ólífuolía
- 4 hvítlauksgeirar, þunnar sneiðar
- 1 matskeið mulin rauð paprika
- 1 pund rækja
- salt og pipar, eftir smekk

Leiðbeiningar

a) Hitið ólífuolíuna á pönnu á meðalhita. Bætið hvítlauknum og rauðum pipar út í. Steikið þar til hvítlaukurinn er brúnn, hrærið oft til að tryggja að hvítlaukurinn brenni ekki.

b) Kasta rækjunni í olíuna (passið að olían skvettist ekki ofan í ykkur). Eldið í 2 mínútur á hvorri hlið, þar til bleikt.

c) Bætið við salti og pipar. Eldið í aðra mínútu áður en það er tekið af hellunni. Berið fram með sneiðum af baguette (tapas-stíl) eða með pasta.

d) Ef þú ert að henda með pasta: Byrjaðu í stórum potti. Eldið rækjur samkvæmt leiðbeiningum, á meðan búið er til pasta í sérstökum potti (þú byrjar sennilega á pastanu á undan rækjunni, þar sem rækjan tekur aðeins 5-7 mínútur). Á meðan pastað er tæmt skaltu geyma eitthvað af pastavatninu.

e) Þegar rækjan er búin, hellið soðnu pastaðinu í pottinn með rækjunni og hrærið vel saman,

hjúpið pastað með hvítlauknum og olíunni með rauðri pipar. Bætið við fráteknu pastavatni, í matskeiðarskömmtum, ef þarf.
f) Toppið með saxaðri steinselju.

28. Grillaðar maríneraðar rækjur

Hráefni

- 1 bolli ólífuolía
- 1/4 bolli söxuð fersk steinselja
- 1 sítróna, safi
- 2 matskeiðar heit piparsósa
- 3 hvítlauksgeirar, saxaðir
- 1 matskeið tómatmauk
- 2 tsk þurrkað oregano
- 1 tsk salt
- 1 tsk malaður svartur pipar
- 2 punda stórar rækjur, skrældar og afvegaðar með skottum áföstum
- Teini

Leiðbeiningar

a) Blandið saman ólífuolíu, steinselju, sítrónusafa, heitri sósu, hvítlauk, tómatmauki, oregano, salti og svörtum pipar í blöndunarskál. Pantaðu smá upphæð fyrir bastingu síðar. Hellið afganginum af marineringunni í stóran plastpoka með rækjum sem hægt er að loka aftur. Lokið og látið marinerast í kæli í 2 klst.

b) Forhitið grillið fyrir miðlungs lágan hita. Þræðið rækjur á teini, götið einu sinni nálægt skottinu og einu sinni nálægt höfðinu. Fargið marineringunni.

c) Léttolía grillrist. Eldið rækjur í 5 mínútur á hverri hlið, eða þar til þær eru ógagnsæjar, stráið oft með frátekinni marinade.

29. Texas rækjur

Hráefni

- 1/4 bolli jurtaolía
- 1/4 bolli tequila
- 1/4 bolli rauðvínsedik
- 2 matskeiðar mexíkóskur lime safi
- 1 msk malaður rauður chili
- 1/2 tsk salt
- 2 hvítlauksgeirar, smátt saxaðir
- 1 rauð paprika, smátt skorin
- 24 stórar hráar rækjur, flysjaðar og æðahreinsaðar

Leiðbeiningar

a) Blandið öllum hráefnum nema rækjum í grunnt gler eða plastskál. Hrærið rækjum saman við. Lokið og kælið í 1 klst.

b) Fjarlægðu rækjuna úr marineringunni, geymdu marineringuna. Præðið 4 rækjur á hverja af sex (8-tommu) málmspjótum. Grillið yfir meðalglóðum, snúið einu sinni, þar til bleikt, 2 til 3 mínútur á hvorri hlið.

c) Hitið marineringuna að suðu í óvirkum potti. Dragðu úr hita niður í lágan. Látið malla án loksins þar til paprikan er mjúk, um það bil 5 mínútur. Berið fram með rækjum.

30. Hawaiian rækjuspjót

Hráefni

- 1/2 pund rækjur, afhýddar, afvegaðar og ósoðnar 1/2 pund lárviðar- eða hafskál 1 dós ananasbitar í safa
- 1 græn paprika, skorin í báta
- beikon sneiðar

Sósa:

- 6 aura grillsósa
- 16 aura salsa
- 2 matskeiðar ananassafi
- 2 matskeiðar hvítvín

Leiðbeiningar

a) Blandið hráefninu í sósuna þar til það er jafnt blandað. Skerið ananasbita, rækjur, hörpuskel, paprikubáta og beikonsneiðar samanbrotnar.

b) Stráið teini jafnt á hvorri hlið og grillið. Eldið þar til rækjur eru bleikar á litinn. Berið fram með hrísgrjónum.

31. Hunang-tímían grillaðar rækjur

Hráefni

- Ristað hvítlauksmarinering
- 2 pund ferskar eða frosnar ósoðnar stórar rækjur í skeljum
- 1 meðalstór rauð paprika, skorin í 1-tommu ferninga og hvítur
- 1 meðalstór gul paprika, skorin í 1-tommu ferninga og hvítur
- 1 meðalstór rauðlaukur, skorinn í fernt og skipt í bita

Leiðbeiningar

a) Undirbúið ristað hvítlauksmarinade
b) Afhýðið rækjur. (Ef rækjur eru frosnar, má ekki þiðna, afhýðið þær í köldu vatni.) Gerið grunnt skurð á hverja rækju eftir endilöngu; skola út æð.
c) Hellið 1/2 bolla af marineringunni í lítinn endurlokanlegan plastpoka; innsiglið pokann og geymið í kæli þar til hann er borinn fram. Hellið afganginum af marineringunni í stóran plastpoka sem hægt er að loka aftur. Bætið rækjum, papriku og lauk út í og hvolfið marineringunni. Lokaðu pokanum og geymdu í kæli í að minnsta kosti 2 klukkustundir en ekki lengur en í 24 klukkustundir.
d) Penslið grillgrind með jurtaolíu. Hitið kol eða gasgrill fyrir beinan hita. Fjarlægðu rækjur og

grænmeti úr marineringunni; tæmdu vel. Fargið marineringunni. Þræðið rækjur og grænmeti til skiptis á hvern af sex 15-tommu málmspjótum og skiljið eftir bil á milli þeirra.

e) Grillið kabobs afhjúpað 4 til 6 tommur frá HEIMA hita 7 til 10 mínútur, snúið einu sinni, þar til rækjur eru bleikar og stífar. Settu kabobs á framreiðslubakkann. Skerið örlítið horn úr litlum plastpoka með frátekinni marineringunni með skærum. Dreypið marineringunni yfir rækjur og grænmeti.

Afrakstur: 6 skammtar.

32. Ristað hvítlauksmarinering

Hráefni
- 1 meðalstór hvítlaukur
- 1/3 bolli ólífu- eða jurtaolía
- 2/3 bolli appelsínusafi
- 1/4 bolli kryddað hunangssinnep
- 3 matskeiðar hunang
- 3/4 tsk þurrkuð timjanblöð, mulin

Leiðbeiningar
a) Forhitaðu ofninn í 375 gráður F.
b) Skerið þriðjung ofan af óafhýddum hvítlaukslauki og afhjúpið negulnagla. Setjið hvítlauk í lítið eldfast mót; dreypið olíu yfir.
c) Lokið vel og bakið í 45 mínútur; flott. Kreistu hvítlaukskvoða úr pappírskrúðu. Setjið hvítlauk og restina af hráefninu í blandara.
d) Lokið og blandið á miklum hraða þar til slétt. Gerir um 1 1/2 bolla.

33. Heitar og kryddaðar rækjur

Hráefni
- 1 pund smjör
- 1/4 bolli hnetuolía
- 3 hvítlauksgeirar, saxaðir
- 2 matskeiðar rósmarín
- 1 tsk söxuð basilíka
- 1 tsk saxað timjan
- 1 tsk saxað oregano
- 1 lítil heit paprika, saxuð, eða
- 2 matskeiðar malaður cayenne pipar
- 2 tsk nýmalaður svartur pipar
- 2 lárviðarlauf, mulin
- 1 matskeið paprika
- 2 tsk sítrónusafi
- 2 pund hráar rækjur í skurninni
- Salt

Leiðbeiningar
a) Rækjur ættu að vera af stærðinni 30-35 á pund.
b) Bræðið smjörið og olíuna í eldföstu móti. Bætið hvítlauk, kryddjurtum, papriku, lárviðarlaufum, papriku og sítrónusafa út í og látið suðuna koma upp. Lækkið hitann og látið malla í 10 mínútur, hrærið oft. Takið réttinn af hellunni og látið bragðið blandast í að minnsta kosti 30 mínútur.
c) Þessa heitu smjörsósu er hægt að búa til með dags fyrirvara og setja í kæli. Hitið ofninn í 450 gráður F. Hitið sósuna aftur, bætið

rækjunni við og eldið við meðalhita þar til rækjurnar verða bleikar, bakið síðan í ofni í um það bil 30 mínútur í viðbót. Smakkið til eftir kryddi, bætið salti við ef þarf.

d) Súpa upp smjörsósu með skorpubrauði eftir að rækjurnar hafa verið borðaðar.

34. Ítalsk steikt rækja

Hráefni
- 2 pund júmbó rækjur
- 1/4 bolli ólífuolía
- 2 matskeiðar hvítlaukur, saxaður
- 1/4 bolli hveiti
- 1/4 bolli smjör, brætt
- 4 matskeiðar steinselja, söxuð
- 1 bolli Drawn Smjörsósa

Leiðbeiningar
a) Skeljarækjur, skilja eftir hala á. Þurrkaðu, stráðu síðan hveiti yfir. Hrærið olíu og smjöri í flatt eldfast mót; bæta við rækjum. Steikið við meðalhita í 8 mínútur. Bætið hvítlauk og steinselju í Drawn Butter Sauce. Hellið yfir rækjuna.

b) Hrærið þar til rækjur eru húðaðar. Steikið í 2 mínútur í viðbót.

35. Jerk rækjur með sætum jamaískum hrísgrjónum

Hráefni
- 1 pund meðalstór rækja (51–60 tal), hrá, skel á rykkrydd
- 2 bollar heit soðin hrísgrjón
- 1 (11 aura) dós mandarínur appelsínur, tæmdar og saxaðar
- 1 (8 aura) dós mulinn ananas, tæmd
- 1/2 bolli saxuð rauð paprika
- 1/4 bolli sneiddar möndlur, ristaðar
- 1/2 bolli skorinn laukurlaukur
- 2 matskeiðar kókosflöguð, ristuð
- 1/4 tsk malað engifer

Leiðbeiningar
a) Undirbúið jerk marinade samkvæmt leiðbeiningum á pakka á bakhlið jerk kryddsins.
b) Afhýðið og dreifið rækjuna og látið skottið vera á. Setjið í marineringuna á meðan hrísgrjón eru útbúin.
c) Í stórri pönnu skaltu sameina öll hráefnin sem eftir eru. Eldið við miðlungsháan hita, hrærið stöðugt í 5 mínútur eða þar til það er vel hitað. Fjarlægðu rækjuna úr marineringunni. Setjið í broiler pönnu í einu lagi. Steikið 5 til 6 tommur frá hita í 2 mínútur.
d) Hrærið vel og steikið í 2 mínútur til viðbótar eða þar til rækjurnar eru bara bleikar.
e) Berið fram með hrísgrjónum.
f)

36. Sítrónu-Hvítlaukssteiktar rækjur

Hráefni
- 2 pund miðlungs rækjur, afhýddar og afvegaðar
- 2 hvítlauksgeirar, helmingaðir
- 1/4 bolli smjör eða smjörlíki, brætt
- 1/2 tsk salt
- Grófmalaður pipar
- 3 dropar heit sósa
- 1 msk Worcestershire sósa
- 5 matskeiðar saxuð fersk steinselja

Leiðbeiningar
a) Settu rækjur í eitt lag í 15 x 10 x 1-tommu hlauppönnu; setja til hliðar.
b) Steikið hvítlauk í smjöri þar til hvítlaukurinn er brúnn; fjarlægðu og fargaðu hvítlauk. Bætið restinni af hráefninu saman við, nema steinselju, hrærið vel. Hellið blöndunni yfir rækjur. Steikið rækjur 4 tommur af hita í 8 til 10 mínútur, bastið einu sinni. Stráið steinselju yfir.

Gefur 6 skammta.

37. Lime pipar rækjur

Hráefni
- 1 pund stór rækja, afhýdd og afveguð
- 1 matskeið ólífuolía
- 1 msk hakkað ferskt rósmarín
- 1 msk hakkað ferskt timjan
- 2 tsk hakkaður hvítlaukur
- 1 tsk grófmalaður svartur pipar
- Klípa af möluðum rauðum pipar
- Safi úr einni lime

Leiðbeiningar

a) Blandið saman rækjum, olíu, kryddjurtum og papriku í meðalstórri skál. Blandið vel saman til að húða rækjuna. Látið standa við stofuhita í 20 mínútur.

b) Hitið stóra steikarpönnu við miðlungsháan hita í 3 mínútur. Bætið rækjunni í einu lagi. Eldið í 3 mínútur á hlið, eða þar til rækjurnar verða bleikar og rétt soðnar í gegn. Ekki ofelda. Takið af hitanum og hrærið limesafa út í.

38. Louisiana rækjusvæðið

Hráefni
- 24 stórar ferskar rækjur
- 12 aura smjör
- 1 matskeið maukaður hvítlaukur
- 2 matskeiðar Worcestershire sósa
- 1 tsk þurrkað timjan
- 1 tsk þurrkað rósmarín
- 1/2 tsk þurrkað oregano
- 1/2 tsk mulin rauð paprika
- 1 tsk cayenne pipar
- 1 tsk svartur pipar
- 8 aura bjór
- 4 bollar soðin hvít hrísgrjón
- 1/2 bolli fínt saxaður laukur

Leiðbeiningar
a) Þvoið rækjur og látið liggja í skurninni. Bræðið smjör á stórri pönnu og hrærið hvítlauknum, Worcestershire sósunni og kryddinu saman við.
b) Bætið rækjum út í og hristið pönnuna til að dýfa rækjunni í smjör, steikið síðan við meðalháan hita í 4 til 5 mínútur þar til þær verða bleikar.
c) Næst skaltu hella bjórnum út í og hræra í eina mínútu til viðbótar og taka svo af hellunni. Skel og devein rækju og raða á rúm af hrísgrjónum. Hellið pönnusafanum ofan á og skreytið með söxuðum lauk.
d) Berið fram strax.

39. Malibu Stir Fry rækjur

Hráefni
- 1 matskeið hnetuolía
- 1 matskeið smjör
- 1 matskeið saxaður hvítlaukur
- 1 pund meðalstór rækja, afhýdd og afveguð
- 1 bolli sneiddir sveppir
- 1 búnt laukur, skorinn í sneiðar
- 1 rauð sæt paprika, fræhreinsuð, skorin í þunnar 2" ræmur
- 1 bolli ferskar eða frosnar baunir
- 1 bolli Malibu romm
- 1 bolli þungur rjómi
- 1/4 bolli söxuð fersk basilíka
- 2 tsk malað chilipasta
- Safi af 1/2 lime
- Nýmalaður svartur pipar
- 1/2 bolli rifinn kókos
- 1 pund fettuccini, soðið

Leiðbeiningar

a) Hitið olíu og smjör við háan hita á stórri pönnu. Bætið hvítlauk í 1 mínútu. Bætið rækjum við, eldið í 2 mínútur þar til þær eru bleikar. Bætið grænmetinu út í og steikið í 2 mínútur.

b) Bætið rommi út í og látið malla í 2 mínútur. Bætið rjóma út í og látið malla í 5 mínútur. Bætið restinni af kryddi við. Kasta með kókos og soðnu pasta.

40. Bakaðar rækjur

Hráefni
- 4 pund óafhýddar, stórar ferskar rækjur eða 6 punda rækjur með höfuð á
- 1/2 bolli smjör
- 1/2 bolli ólífuolía
- 1/4 bolli chili sósa
- 1/4 bolli Worcestershire sósa
- 2 sítrónur, sneiddar
- 4 hvítlauksgeirar, saxaðir
- 2 matskeiðar Creole krydd
- 2 matskeiðar sítrónusafi
- 1 matskeið söxuð steinselja
- 1 tsk paprika
- 1 tsk oregano
- 1 tsk möluð rauð pipar
- 1/2 tsk heit sósa
- Franskt brauð

Leiðbeiningar
a) Dreifið rækjum í grunnu, álpappírsklædda grillpönnu.
b) Blandið smjöri og næstu 12 hráefnum saman í potti við lágan hita, hrærið þar til smjörið bráðnar og hellið yfir rækjurnar. Lokaðu og kældu í 2 klukkustundir, snúðu rækjum á 30 mínútna fresti.
c) Bakið, afhjúpað, við 400 gráður F í 20 mínútur; snúa einu sinni.
d) Berið fram með brauði, grænu salati og maískolum fyrir heila máltíð.

41. Virkilega flott rækjusalat

Hráefni
- 2 pund. Miðlungs rækja
- 1 bolli Miracle Whip
- 1/2 bolli grænn laukur
- 1 Græn paprika
- 1 lítill salathaus
- 1 meðalstór tómatur
- 1/2 bolli Mozzarella ostur

Leiðbeiningar
a) Afhýðið, devein og sjóðið rækjur. Saxið salat, papriku, tómat, grænan lauk og rækjur og blandið saman í skál... Rífið mozzarella ostinn niður og bætið út í salatið.
b) Bætið kraftaverkaþeytunni út í og blandið vel saman.

42. M-80 klettarækjur

M-80 sósa

- 1 matskeið maíssterkju
- 1 bolli vatn
- 1 bolli sojasósa
- 1 bolli ljós púðursykur
- 1 matskeið sambal chile paste
- bolli nýkreistur appelsínusafi 1 serrano chile, smátt saxað
- hvítlauksgeirar, smátt saxaðir (um 1 matskeið)
- Eitt tveggja tommu stykki ferskt engifer, skafið/afhýtt og smátt saxað

Slaw

- höfuð grænkál, þunnt sneið (um 1½ bolli)
- höfuð rauðkál, þunnt sneið (um 1½ bolli)
- miðlungs gulrót, þunnt sneið í 2 tommu bita
- miðlungs rauð paprika, þunnar sneiðar
- meðalstór rauðlaukur, þunnt sneiddur
- 1 hvítlauksrif, þunnt sneið
- 1 Serrano chile, þunnt sneið
- basil lauf, þunnt sneið

Rækjur

- Grænmetisolía

- 2 pund steinrækjur (eða staðgengill 16-20 telja rækjur skornar í litla teninga) 1 bolli súrmjólk
- 3 bollar alhliða hveiti
- Svart og hvítt sesamfræ
- 1 matskeið grænn laukur, þunnt sneið
- Cilantro lauf

Leiðbeiningar

a) Búið til M-80 sósuna: Hrærið saman maíssterkju og vatni í lítilli skál. Setja til hliðar.

b) Þeytið saman sojasósu, púðursykur, chile-mauk, appelsínusafa, chili, hvítlauk og engifer í litlum potti og látið suðuna koma upp. Lækkið hitann og látið malla í 15 mínútur. Hrærið maíssterkju-vatnsblöndunni út í og látið suðuna koma upp aftur.

c) Gerðu skálina: Í meðalstórri skál, blandaðu saman grænu og rauðkáli, gulrót, rauðum pipar, lauk, hvítlauk, chili og basil. Setja til hliðar.

d) Gerðu rækjuna: Í meðalstórum potti sem settur er yfir háan hita, bætið við nægri olíu til að komast hálfa leið upp í pottinn; hitið þar til olían nær 350° (notið hitamæli til að mæla hitann). Setjið steinrækjuna í stóra skál og hellið súrmjólkinni yfir þær.

e) Notaðu göt til að fjarlægja rækjurnar, tæmdu umfram súrmjólkina af og, í sérstakri skál, blandaðu rækjunni með hveitinu. Steikið rækjurnar í 1 til 1½ mínútu.

43. Skál af bænum

Hráefni

- Tólf 16-20 telja rækjur, afvegaðar og skeljar fjarlægðar
- Salt og nýmalaður svartur pipar
- 2 avókadó
- 2 matskeiðar lime safi (um 1 meðalstór lime), skipt
- 2 matskeiðar fínt saxað kóríander
- 2 tsk fínt saxaður jalapeño (um 1 meðalstór jalapeño)
- 1 greipaldin
- 1 lítið baguette, sneið í $\frac{1}{4}$ tommu sneiðar Extra virgin ólífuolía
- Salt og nýmalaður svartur pipar $\frac{1}{4}$ bolli pistasíuhnetur, ristaðar og saxaðar

Leiðbeiningar

a) Setjið rækjurnar á lítinn disk og kryddið með salti og pipar. Skerið avókadóið eftir endilöngu í kringum holurnar og fjarlægið holurnar. Skerið avókadókjötið í krossamynstur og notið skeið til að ausa avókadókjötinu í meðalstóra skál. Blandið avókadóinu saman við $1\frac{1}{2}$ matskeið af limesafanum og kóríander og jalapeño.

b) Notaðu hníf til að fjarlægja hýðið og hvaða maríu sem er af greipaldinskjötinu og sneið meðfram himnunum til að fjarlægja bitana. Setja til hliðar.

c) Penslið baguettesneiðarnar með ólífuolíu og kryddið með salti og pipar. Setjið baguette sneiðarnar í brauðristina og ristið þar til þær eru gullinbrúnar.
d) Hitið $1\frac{1}{2}$ matskeið af ólífuolíu í meðalstórri pönnu yfir meðalhita og bætið rækjunni út í. Eldið í eina mínútu á annarri hliðinni, snúið síðan við og eldið í 30 sekúndur til viðbótar á hinni hliðinni. Flyttu rækjunni í skál og blandaðu með $\frac{1}{2}$ matskeið af limesafa sem eftir er.
e) Til að setja saman: Dreifið 2 matskeiðum af avókadóblöndu á hverja baguette sneið. Toppið með einu eða tveimur stykki af rækju og hluta af greipaldin. Stráið pistasíuhnetum yfir og berið fram strax.

44. Rækjur a la Plancha yfir Saffran Allioli ristuðu brauði

Afrakstur: Afgreiðsla 4

Hráefni
Aioli
- Stór klípa saffran
- 2 stórar eggjarauður
- 1 hvítlauksgeiri, smátt saxaður
- 2 tsk kosher salt
- 3 bollar extra virgin ólífuolía, helst spænsk
- 2 tsk sítrónusafi, auk meira ef þarf

Rækjur
- Fjórar ½ tommu þykkar sneiðar sveitabrauð
- 2 matskeiðar extra virgin ólífuolía
- 1½ pund júmbó 16/20-telja afhýddar rækjur
- Kosher salt
- 2 sítrónur, helmingaðar
- 3 hvítlauksgeirar, smátt saxaðir
- 1 tsk nýmalaður svartur pipar
- 2 bollar þurrt sherry
- 3 matskeiðar grófsöxuð flatblaða steinselja

Leiðbeiningar

a) Gerðu aioli: Ristaðu saffran í lítilli pönnu yfir miðlungshita þar til það er stökkt, 15 til 30 sekúndur. Snúðu því út á lítinn disk og notaðu aftan á skeið til að mylja það. Bætið saffran, eggjarauðu, hvítlauk og salti í meðalstóra skál og þeytið kröftuglega þar til það hefur blandast vel saman. Byrjið að bæta við ólífuolíunni nokkrum dropum í einu, þeytið vel á milli þess sem er bætt í þar til aioliið byrjar að þykkna, hellið svo olíunni sem eftir er í blönduna í mjög hægum og föstu straumi, þeytið aioli þar til það er þykkt og rjómakennt.

b) Bætið sítrónusafanum út í, smakkið til og stillið með meiri sítrónusafa og salti eftir þörfum. Færið í litla skál, setjið plastfilmu yfir og kælið.

c) Gerðu ristað brauð: Stilltu ofngrind í efstu stöðu og grillið á hátt. Setjið brauðsneiðarnar á bökunarplötu og penslið báðar hliðar brauðsins með 1 matskeið af olíunni. Ristið brauðið þar til það er gullbrúnt, um 45 sekúndur. Snúðu brauðinu við og ristaðu hina hliðina (fylgstu vel með grillinu þar sem styrkleiki grillsins er mismunandi), 30 til 45 sekúndum lengur. Takið brauðið úr ofninum og setjið hverja sneið á disk.

d) Settu rækjurnar í stóra skál. Notaðu skurðarhníf til að gera grunna rifu niður bogna bakið á rækjunni, fjarlægðu æðina og skildu skurnina eftir ósnortna. Hitið stóra, þykkbotna pönnu yfir miðlungsháum hita þar til næstum rjúkandi, $1\frac{1}{2}$ til 2 mínútur. Bætið 1 matskeiðinni sem eftir er af olíunni og rækjunum út í. Stráið góðri klípu af salti og safanum úr hálfri sítrónu yfir rækjurnar og eldið þar til rækjurnar eru

farnar að krullast og brúnir skeljarnar eru að brúnast, 2 til 3 mínútur.
e) Notaðu töng til að snúa rækjunni við, stráið meira salti og safanum úr öðrum sítrónuhelmingi yfir og eldið þar til rækjurnar eru ljósbleikar, um 1 mínútu lengur.
f) Búið til holu í miðjunni á pönnunni og hrærið hvítlauknum og svörtum pipar saman við; þegar hvítlaukurinn er ilmandi, eftir um það bil 30 sekúndur, bætið við sherryinu, látið sjóða og hrærið hvítlauks-sherríblöndunni út í rækjurnar. Eldið, hrærið og skafið brúnu bitana af botninum á pönnunni í sósuna. Slökkvið á hitanum og kreistið safa úr öðrum sítrónuhelmingi út í. Skerið afganginn af sítrónu helmingnum í sneiðar.
g) Dreifið ofan á hverja brauðsneið með rausnarlegri skeið af saffran aioli. Skiptið rækjunum á diskana og hellið smá sósu yfir hvern skammt. Stráið steinselju yfir og berið fram með sítrónubátunum.

45. Rækjukarrý með sinnepi

Hráefni:

- 1 pund rækjur
- 2 matskeiðar olía
- 1 tsk túrmerik
- 2 matskeiðar sinnepsduft
- 1 tsk salt
- 8 grænir chili

Leiðbeiningar

a) Búðu til mauk af sinnepi í jöfnu magni af vatni. Hitið olíu á pönnu sem festist ekki og steikið sinnepsmaukið og rækjurnar í að minnsta kosti fimm mínútur og bætið við 2 bollum af volgu vatni.

b) Látið suðuna koma upp og bætið við túrmerik og salti og grænum chilli. Eldið við miðlungs lágan hita í tuttugu og fimm mínútur í viðbót.

46. Rækju karrý

Hráefni:

- 1 pund rækjur, afhýddar og afvegaðar
- 1 laukur, maukaður
- 1 tsk engifermauk
- 1 tsk hvítlauksmauk
- 1 tómatur, maukaður
- 1 tsk túrmerikduft
- 1 tsk chilli duft
- 1 tsk kúmenduft
- 1 tsk kóríanderduft
- 1 tsk salt eða eftir smekk
- 1 tsk sítrónusafi
- Cilantro/kóríander lauf
- 1 matskeiðar olía

Leiðbeiningar

a) Hitið olíu á pönnu sem festist ekki og steikið laukinn, tómatana, engiferinn og hvítlaukinn ásamt kúmen- og kóríanderdufti og kóríanderlaufum í fimm mínútur við meðalhita.

b) Bætið rækjum, túrmerik og chilidufti og salti saman við hálfan bolla af volgu vatni og eldið við miðlungs lágan hita í tuttugu og fimm mínútur. Geymið pönnuna þakið loki. Hrærið vel til að láta rækjurnar blandast kryddinu. Kryddið með sítrónusafa, skreytið með kóríander/kóríander áður en það er borið fram.

47. Rækjur í hvítlaukssósu

Hráefni
- 12 hvítlauksgeirar, grófsaxaðir
- 1 bolli jurtaolía
- 1/4 bolli (1/2 stafur) ósaltað smjör
- 1 1/2 pund ferskar rækjur, afhýddar, æðahreinsaðar og fiðrildi (skilja hala ósnortnar)

Leiðbeiningar
a) Í stórri pönnu, steikið hvítlaukinn í meðalheitri olíu (um 300 gráður F) þar til hann er ljósbrúnn. Fylgstu vel með til að brenna ekki. Eftir um það bil 6 til 8 mínútur, hrærið smjörið fljótt út í og takið strax af eldinum. Þegar öllu smjörinu hefur verið bætt út í verða bitarnir stökkir. Fjarlægðu þær með skeið og geymdu olíuna og smjörið til að steikja rækjurnar.

b) Í stórri pönnu, hita um það bil 2 til 3 matskeiðar af frátekinni olíu og steikið síðan rækjuna í um það bil 5 mínútur. Snúið stuttlega við og fjarlægið síðan. Bætið við meiri olíu eftir þörfum til að steikja allar rækjurnar. Salt eftir smekk. Skreytið með hvítlauksbitum og steinselju. Berið fram með mexíkóskum hrísgrjónum.

c) Prófaðu að pensla hvítlauksolíu yfir franskbrauð, stráðu því síðan steinselju yfir og ristaðu það.

d) Berið þetta fram með rækjunum og bætið réttinum með salati og tómatsalati.

48. Rækjur í sinnepsrjómasósu

Hráefni
- 1 pund stór rækja
- 2 matskeiðar jurtaolía
- 1 skalottlaukur, saxaður
- 3 matskeiðar þurrt hvítvín
- 1/2 bolli þungur rjómi eða þeyttur rjómi
- 1 msk Dijon sinnep með fræi
- Salt, eftir smekk

Leiðbeiningar
a) Skelja og dáin rækjur. Í 10-tommu pönnu yfir miðlungs hita eldið skalottlaukur í heitri olíu í 5 mínútur, hrærið oft. Hækkið hitann í meðalháan. Bætið rækjum við. Eldið 5 mínútur eða þar til rækjurnar verða bleikar, hrærið oft. Fjarlægðu rækjuna í skálina. Bætið víni við dreypurnar á pönnu.
b) Eldið við meðalhita í 2 mínútur. Bætið við rjóma og sinnepi. Eldið í 2 mínútur. Settu rækjuna aftur á pönnu. Hrærið þar til það er hitað í gegn. Salt eftir smekk.
c) Berið fram yfir heitum, soðnum hrísgrjónum.
d) Þjónar 4.

49. Gazpacho

Hráefni

- 2 hvítlauksgeirar
- 1/2 rauðlaukur
- 5 Roma tómatar
- 2 stilkar sellerí
- 1 stór agúrka
- 1 kúrbít
- 1/4 bolli extra virgin ólífuolía
- 2 matskeiðar rauðvínsedik
- 2 matskeiðar sykur Nokkrir strika heit sósa Dash salt
- Dash svartan pipar
- 4 bollar gæða tómatsafi
- 1 pund rækjur, afhýddar og unnar avókadósneiðar, til framreiðslu
- 2 harðsoðin egg, smátt söxuð Fersk kóríanderlauf, til að bera fram skorpað brauð, til að bera fram

Leiðbeiningar

a) Saxið hvítlaukinn, skerið laukinn í sneiðar og sneiðið niður tómata, sellerí, gúrku og kúrbít. Henda öllum hvítlauknum, öllum lauknum, helmingnum af grænmetinu sem eftir er í teningum og olíunni í skál matvinnsluvélar eða, ef þú vilt, blandara.

b) Skvettu edikinu út í og bættu sykri, heitri sósu, salti og pipar út í. Hellið að lokum 2 bollum af tómatsafanum út í og blandið vel saman. Þú munt í grundvallaratriðum hafa tómatabotn með fallegu konfekti af grænmeti.
c) Hellið blöndunni í stóra skál og bætið hinum helmingnum af hægelduðum grænmetinu út í. Hrærið því saman. Hrærið svo hinum 2 bollum tómatsafa út í. Gefðu þessu bragð og passaðu að kryddið sé rétt. Stilltu eftir þörfum. Kælið í klukkutíma ef hægt er.
d) Grillið eða steikið rækjurnar þar til þær verða ógagnsæjar. Setja til hliðar. Hellið súpunni í skálar, setjið grillaðar rækjur út í og skreytið með avókadósneiðum, eggi og kóríanderlaufum. Berið fram með stökku brauði til hliðar.

50. Rækjur Linguine Alfredo

Hráefni
- 1 (12 aura) pakki linguine pasta
- 1/4 bolli smjör, brætt
- 4 matskeiðar skorinn laukur
- 4 tsk hakkaður hvítlaukur
- 40 litlar rækjur, afhýddar og afvegaðar
- 1 bolli hálf-og-hálfur
- 2 tsk malaður svartur pipar
- 6 matskeiðar rifinn parmesanostur
- 4 greinar fersk steinselja
- 4 sneiðar sítrónu, til skrauts

Leiðbeiningar

a) Eldið pasta í stórum potti af sjóðandi vatni þar til það er al dente; holræsi. Bræðið smjör á meðan í stórum potti. Steikið lauk og hvítlauk við meðalhita þar til hann er meyr. Bæta við rækjum; steikið við háan hita í 1 mínútu og hrærið stöðugt í. Hrærið í hálft - og - hálft.

b) Eldið, hrærið stöðugt, þar til sósan þykknar. Setjið pasta í framreiðslu fat og hyljið með rækjusósu. Stráið svörtum pipar og parmesanosti yfir.

c) Skreytið með steinselju og sítrónusneiðum.

51. Rækjur Marinara

Hráefni
- 1 (16 oz.) dós af tómötum, skorið í sundur
- 2 matskeiðar söxuð steinselja
- 1 hvítlauksgeiri, saxaður
- 1/2 tsk þurrkuð basil
- 1 tsk salt
- 1/4 tsk pipar
- 1 tsk þurrkað oregano
- 1 (6 oz.) dós tómatmauk
- 1/2 tsk kryddað salt
- 1 pund soðin rækja úr skelinni
- Rifinn parmesanostur
- Soðið spaghetti

Leiðbeiningar

a) Í potti, blandaðu tómötum saman við steinselju, hvítlauk, basil, salti, pipar, oregano, tómatmauk og kryddaðu salti. Lokið og eldið á lágum hita í 6 til 7 klukkustundir.

b) Snúðu stjórninni á hátt, hrærðu í rækjum, settu lok á og eldaðu á háu í 10 til 15 mínútur í viðbót. Berið fram yfir soðnu spaghetti.

c) Toppið með parmesanosti.

52. Rækjur Newburg

Hráefni
- 1 punda rækja, soðin, afveguð
- 4 aura dós sveppir
- 3 harðsoðin egg, afhýdd og saxuð
- 1/2 bolli parmesanostur
- 4 matskeiðar smjör
- 1/2 laukur, saxaður
- 1 hvítlauksgeiri, saxaður
- 6 matskeiðar hveiti
- 3 bollar mjólk
- 4 matskeiðar þurrt sherry
- Worcestershire sósu
- Salt og pipar
- Tabasco sósa

Leiðbeiningar

a) Forhitaðu ofninn í 375 gráður F.
b) Bræðið smjör og steikið síðan laukinn og hvítlaukinn þar til hann er meyr. Bætið hveitinu út í. Blandið vel saman. Bætið mjólkinni smám saman út í og hrærið stöðugt í. Eldið þar til sósan þykknar. Bætið við sherryinu og kryddinu eftir smekk.
c) Blandið saman rækjum, sveppum, eggjum og steinselju í sérstakri skál. Bætið sósu ásamt 1/4 bolli osti við rækjublönduna. Blandið vel saman.
d) Hellið blöndunni í 2-lítra eldfast mót og toppið með ostinum sem eftir er. Punktaðu með smjörinu.

e) Bakið í 10 mínútur, þar til það er aðeins brúnt ofan á.

53. Kryddaðar marineraðar rækjur

Hráefni
- 2 pund. Stórar rækjur, skrældar og afvegaðar
- 1 tsk Salt
- 1 sítróna, skorin í tvennt
- 8 bollar vatn
- 1 bolli hvítvínsedik eða estragonedik
- 1 bolli ólífuolía
- 1-2 Serrano chiles (meira eða minna, fer eftir smekk), fræ og æðar fjarlægð, smátt saxað
- ¼ bolli ferskt kóríander, saxað
- 2 Stórir hvítlauksgeirar, saxaðir eða settir í gegnum hvítlaukspressu
- 2 tsk ferskt kóríander, saxað (ef vill)
- 3 Grænir laukar (aðeins hvítur hluti), saxaður
- Nýmalaður svartur pipar, eftir smekk

Leiðbeiningar
a) Blandið vatni, salti og sítrónuhelmingum saman í hollenskum ofni og látið suðuna koma upp. Bætið rækjunni út í, hrærið og látið sjóða varlega í 4-5 mínútur. Takið af hitanum og látið renna af.

b) Blandið ediki, ólífuolíu, chiles, kóríander og hvítlauk saman í stóran plastpoka eða annað plastílát. Bætið soðnu rækjunni við og kælið í 12 klukkustundir eða yfir nótt, snúið nokkrum sinnum.

c) Til að bera fram, tæmdu vökvann af rækjum. Í stórri skál skaltu sameina kældar rækjur með viðbótar kóríander, grænum lauk og svörtum pipar og hræra vel. Raðið í framreiðsluskál og berið fram strax.

54. Krydduð Singapore rækja

Hráefni
- 2 pund stórar rækjur
- 2 matskeiðar tómatsósa
- 3 matskeiðar Sriracha
- 2 matskeiðar sítrónusafi
- 2 matskeiðar sojasósa
- 1 matskeið sykur
- 2 meðalstór jalapeño, fræhreinsuð og söxuð
- hvít laukur af 1 stöng af sítrónugrasi, hakkað
- 1 msk ferskt engifer, hakkað
- 4 laukar, skornir þunnt
- 1/4 bolli kóríander, saxað

Leiðbeiningar

a) Blandið saman tómatsósu, ediki (ef það er notað), chilisósu, sítrónusafa, sojasósu og sykri.

b) Hitið smá jurtaolíu í stórri pönnu og eldið rækjurnar við háan hita. Þegar þeir byrja að verða bleikir skaltu snúa þeim við.

c) Bætið við aðeins meiri olíu og jalapeño, hvítlauk, sítrónugrasi og engifer. Hrærið oft þar til blandan er hituð í gegn. Viðvörun: það mun lykta ljúffengt. Reyndu að missa ekki einbeitinguna.

d) Hrærið laukinn og tómatsósublönduna á pönnu í 30 sekúndur og blandið síðan söxuðu kóríander saman við. Berið rækjuna fram með hrísgrjónum.

e)

55. Starlight rækjur

Hráefni

- 6 bollar af vatni
- 2 matskeiðar salt
- 1 sítróna, helminguð
- 1 stöngul sellerí, skorið í 3 tommu bita
- 2 lárviðarlauf
- Dapur af cayenne pipar
- 1/4 bolli steinselja, söxuð
- 1 pakki Krabbi/Krabba/rækjusjóða
- 2 pund. óafhýddar rækjur nýtrollaðar í Mobile Bay
- 1 ílát af kokteilsósu

Leiðbeiningar

a) Skerið rækjuhausana af.
b) Sameina fyrstu 8 hráefnin í stórum potti eða hollenskum ofni. Látið suðuna koma upp. Bætið rækjum í skel og eldið í um 5 mínútur þar til þær verða bleikar. Tæmið vel með köldu vatni og kælið.
c) Afhýðið og devein rækjur, geymið síðan í kældum kæli.
d)

Kolkrabbi

56. Kolkrabbi í rauðvíni

Hráefni

- 1 kg (2,25 lb) ungur kolkrabbi
- 8 matskeiðar ólífuolía
- 350 g (12oz) lítill laukur eða skalottlaukur 150 ml (0,25 pint) rauðvín 6 matskeiðar rauðvínsedik
- 225 g (8oz) niðursoðnir tómatar, gróft saxaðir 2 matskeiðar tómatmauk
- 4 lárviðarlauf
- 2 tsk þurrkað oregano
- svartur pipar
- 2 matskeiðar saxuð steinselja

Leiðbeiningar

a) Hreinsaðu fyrst kolkrabbinn. Dragðu tentaklana af, fjarlægðu og fargaðu þörmunum og blekpokanum, augunum og goggnum. Fletjið kolkrabbann og þvoið og skrúbbið hann vandlega til að fjarlægja leifar af sandi. Skerið það í 4-5 cm (1,5-2 tommu) bita og setjið það í pott á meðalhita til að losa vökvann. Hrærið kolkrabbanum þar til þessi vökvi hefur gufað upp. Hellið olíunni á og hrærið kolkrabbanum til að loka honum á öllum hliðum. Bætið heilum lauknum út í og eldið þá, hrærið einu sinni eða tvisvar þar til þeir litast aðeins.

b) Bætið við víninu, ediki, tómötum, tómatpúrru, lárviðarlaufum, oregano og nokkrum piparkornum. Hrærið vel, setjið lok á pönnuna og látið malla mjög varlega í 1-1,25 klst., athugaðu af og til að sósan hafi ekki þornað. Ef það gerist - og þetta myndi bara gerast ef hitinn væri of hár - bætið við aðeins meira víni eða vatni. Kolkrabbinn er soðinn þegar auðvelt er að stinga hann í hann með teini.

c) Sósan á að vera þykk, eins og rennandi mauk. Ef eitthvað af vökvanum skilur sig skaltu taka lokið af pönnunni, auka hitann aðeins og hræra þar til eitthvað af vökvanum gufar upp og sósan þykknar. Fargið lárviðarlaufunum og hrærið steinseljunni saman við. Smakkaðu sósuna og stilltu kryddið ef þarf. Berið fram, ef vill, með hrísgrjónum og salati. Grískt ómissandi er sveitabrauð til að þurrka upp sósuna.

ÞJÓNAR 4-6

57. Súrsaður kolkrabbi

Hráefni

- 1 kg (2,25 lb) ungur kolkrabbi
- um 150 ml (0,25 pint) ólífuolía
- um 150ml (0.25pint) rauðvínsedik 4 hvítlauksgeirar
- salt og svartur pipar 4-6 stilkar timjan eða 1 tsk þurrkaðir timjan sítrónubátar, til að bera fram

Leiðbeiningar

a) Undirbúið og þvoið kolkrabbinn (eins og í Kolkrabbi í rauðvíni). Settu höfuðið og tentaklana á pönnu með 6-8msk vatni, loku á og látið malla í 1-1,25 klukkustundir þar til það er meyrt. Prófaðu það með teini. Tæmið vökva sem eftir er af og látið kólna.

b) Skerið holdið í 12 mm (0,5 tommu) ræmur og pakkið þeim lauslega í krukku með skrúfu. Blandið nógu miklu af olíu og ediki til að fylla krukkuna - nákvæmt magn fer eftir hlutfallslegu rúmmáli sjávarfangsins og ílátsins - hrærið hvítlauknum út í og kryddið með salti og pipar. Ef þú notar þurrkað timjan skaltu blanda því saman við vökvann á þessu stigi. Hellið því yfir kolkrabbann og passið að síðasta stykki sé alveg á kafi. Ef þú notar timjanstöngla skaltu ýta þeim í krukkuna.

c) Lokið krukkunni og setjið til hliðar í að minnsta kosti 4-5 daga fyrir notkun.

d) Til að bera fram skaltu tæma kolkrabbinn og bera hann fram á litlum einstökum diskum eða undirskálum með sítrónubátum.

e) Teningar af að minnsta kosti eins dags gömlu brauði, spjótaðir á kokteilstangir, eru venjulegur meðlæti.

ÞJÓNAR 8

58. Kolkrabbi eldaður í víni

Hráefni

- 1 3/4 pund kolkrabbi (þíddur)
- 4 msk. ólífuolía
- 2 stórir laukar skornir í sneiðar
- salt og pipar
- 1 lárviðarlauf
- 1/4 bolli þurrt hvítvín

Leiðbeiningar

a) Fjarlægðu höfuðhlutann af kolkrabbanum. Hreint. Þvoðu handleggina.

b) Skerið kolkrabbinn í hæfilega stóra bita.

c) Eldið í ólífuolíu yfir meðalloga í um það bil 10 mínútur, snúið reglulega við.

d) Bætið við lauk, kryddi og víni. Lokið og látið malla varlega þar til kolkrabbinn er mjúkur, um það bil 15 mínútur.

Þjónar 4

59. Sikileyskur grillaður kolkrabbi

GERIR 4 SKÓMA

Hráefni

- 2½ pund hreinsaður og frosinn kolkrabbi
- 2 bollar fyllt rauðvín, ss
- Pinot Noir eða Cabernet Sauvignon
- 1 lítill laukur, sneiddur
- 1 tsk svört piparkorn
- teskeið heilir negull
- 1 lárviðarlauf
- 1 bolli sikileysk sítrusmarinade
- ¾ bolli grófhreinsaðar og grófsaxaðar Sikileyjar eða Cerignola grænar ólífur
- 3 únsur ungar rucola lauf
- 1 matskeið söxuð fersk mynta
- Gróft sjávarsalt og nýmalaður svartur pipar

Leiðbeiningar

a) Skolaðu kolkrabbinn og settu síðan í súpupott með víninu og nægu vatni til að hylja. Bætið lauknum, piparkornunum, negull og lárviðarlaufinu út í. Látið suðuna koma upp við háan hita og lækkið svo hitann í miðlungs-lágan, lokið á og látið malla varlega þar til kolkrabbinn er orðinn nógu mjúkur til að hnífur komist auðveldlega inn, 45 mínútur til 1 klukkustund. Tæmið kolkrabbanum og fargið vökvanum eða álaginu og geymið fyrir sjávarfang eða risotto. Þegar kolkrabbinn er orðinn nógu kaldur til að meðhöndla hann skaltu klippa tentaklana í burtu við höfuðið.

b) Blandið kolkrabbanum og marineringunni saman í 1 lítra renniláspoka. Þrýstu loftinu út, lokaðu pokanum og kældu í 2 til 3 klukkustundir. Kveiktu á grilli fyrir beinan miðlungs-háan hita, um 450¼F.

c) Fjarlægðu kolkrabbinn úr marineringunni, þerraðu hann og láttu standa við stofuhita í 20 mínútur. Sigtið marineringuna í pott og látið sjóða við meðalhita. Bætið ólífunum út í og takið af hellunni.

d) Penslið grillristina og smyrjið með olíu. Grillið kolkrabbinn beint yfir hitanum þar til hann er fallega grillaður, 3 til 4 mínútur á hlið, þrýstið varlega á kolkrabbinn til að fá hann vel. Raðið rúllubollunni á fat eða diska og toppið með kolkrabbanum. Setjið eitthvað af volgri sósunni, þar á meðal gott magn af ólífum, á hvern skammt með skeið. Stráið myntu, salti og svörtum pipar yfir.

e)

HÖÐSPÚÐUR

60. Pottera með sjávarfangi

Hráefni
- 1/2 bolli þurrt hvítvín
- 1 pund sjávar hörpuskel, skorin í tvennt ef mjög stór
- 1 stór bökunarkartöflu, afhýdd og skorin í 1/2 tommu teninga
- 3 matskeiðar smjör, mjúkt
- 1/2 bolli afhýtt og saxað epli
- 1 stór gulrót, söxuð
- 1 sellerí rif, saxað
- 1 stór laukur, saxaður
- 1 hvítlauksgeiri, saxaður
- 1 1/2 bollar kjúklingasoð
- 1/4 bolli þungur rjómi
- 2 matskeiðar alhliða hveiti
- 3/4 tsk salt
- 1/2 tsk nýmalaður hvítur pipar Klípa af cayenne pipar
- 1 pund meðalstór rækja, afhýdd og afveguð
- 1 bolli maískorn
- 1 lítil krukka (3 1/2 aura) pimiento ræmur
- 2 matskeiðar söxuð steinselja
- Flökt sætabrauð

Leiðbeiningar

a) Í miðlungs óvirkum potti, láttu vínið sjóða við háan hita. Bætið hörpuskelinni út í og eldið þar til það er aðeins ógagnsætt í gegn, um 1 mínútu. Tæmdu hörpuskelina, geymdu vökvann. Í öðrum meðalstórum potti af sjóðandi söltu vatni, eldið kartöfluna þar til hún er aðeins mjúk, 6 til 8 mínútur; tæmdu og settu til hliðar.

b) Forhitið ofninn í 425F. Bræðið 2 matskeiðar af smjörinu í stórum potti við hæfilega háan hita. Bætið eplinum, gulrótinni, selleríinu og lauknum út í og eldið þar til blandan mýkist og fer að brúnast, um 6 mínútur. Bætið hvítlauknum út í og eldið í 1 mínútu lengur. Hellið kjúklingakraftinum út í og hækkið hitann. Sjóðið þar til mestur vökvinn hefur gufað upp, um það bil 5 mínútur.

c) Flyttu epla-grænmetisblönduna yfir í matvinnsluvél. Maukið þar til slétt. Setjið aftur í pottinn og hrærið fráteknum hörpudiskvökva og þunga rjómanum saman við.

d) Í lítilli skál, blandið hveitinu saman við 1 matskeið af smjöri sem eftir er til að mynda deig. Látið hörpudiskskremið sjóða við vægan hita. Þeytið smjördeigið smám saman út í. Látið suðuna koma upp, þeytið þar til

e)

61. Bakaðar hörpuskel með hvítlaukssósu

Hráefni
- 1 1/2 pund hörpuskel, skorin í tvennt
- 3 hvítlauksgeirar, maukaðir
- 1/4 bolli (1/2 stafur) smjörlíki, brætt
- 10 stífir hvítir sveppir, skornir í sneiðar
- Létt skvetta af lauksalti
- Skraut af nýrifum pipar
- 1/3 bolli kryddað brauðrasp
- 1 tsk fínt söxuð fersk steinselja

Leiðbeiningar
a) Þurrkaðu hörpuskel með röku pappírshandklæði. Maukið hvítlauksrif og bætið við smjörlíki; hrærið vel til að blanda saman. Halda hita. Hellið smá af bræddu hvítlaukssósunni í botninn á eldfast mót; bætið sveppunum út í og kryddið.

b) Setjið hörpuskelina ofan á sveppina. Geymið 1 msk hvítlaukssósu og dreypið restinni á hörpuskel.

c) Stráið brauðmylsnu, steinselju og frátekinni hvítlaukssósu yfir. Bakið í forhituðum 375 gráður F ofni þar til toppurinn er fallega brúnn og freyðandi heitur.

62. Hörpuskel Provencal

Hráefni

- 2 tsk ólífuolía
- 1 pund sjávar hörpuskel
- 1/2 bolli þunnt sneiddur laukur, skipt í hringi 1 hvítlauksgeiri, saxaður
- 1 bolli venjulegir eða plómutómatar í teningum
- 1/4 bolli saxaðar þroskaðar ólífur
- 1 matskeið þurrkuð basil
- 1/4 tsk þurrkað timjan
- 1/8 tsk salt
- 1/8 tsk nýmalaður pipar

Leiðbeiningar

a) Hitið ólífuolíu í stórri nonstick pönnu yfir miðlungsháum hita. Bætið við hörpuskel og steikið í 4 mínútur eða þar til það er tilbúið.

b) Fjarlægðu hörpuskel af pönnu með skeið; setjið til hliðar og haldið heitu.

c) Bætið laukhringum og hvítlauk á pönnu og steikið í 1-2 mínútur. Bætið tómötum og afganginum af hráefninu út í og steikið í 2 mínútur eða þar til mjúkt.

Skeið sósu yfir hörpuskel

63. Hörpuskel með hvítri smjörsósu

Hráefni

- 750 g (1=lb.) hörpuskel
- 1 bolli hvítvín
- 90 g (3ozs) snjóbaunir eða grænar baunir í þunnar sneiðar
- smá graslauk til að skreyta
- salt og nýmalaður pipar
- smá sítrónusafa
- 1 matskeið saxaður grænn laukur 125g (4ozs)
- smjör skorið í bita

Leiðbeiningar

a) Fjarlægðu skeggið af hörpuskeljunum og þvoðu síðan. Fjarlægðu hrognin varlega og leggðu á pappírshandklæði til að þorna. Kryddið með salti og pipar.

b) Steikið hörpuskel og hrogn í víni og sítrónusafa í u.þ.b. 2 mínútur. Fjarlægðu og haltu heitu. Strengja snjóbaunir niður í sjóðandi saltvatn í 1 mín., tæma, gera það sama með baunir ef þú notar.

c) Bætið græna lauknum út í vökvann og minnkið niður í um 1/2 bolla. Við vægan hita, bætið smjöri við smá í einu, þeytið því út í til að búa til sósu (samkvæmni við að hella rjóma).

d) Berið fram með skorpubrauði til að þurrka upp yndislegu sósuna.

ÝSA

64. Ýsa með jurtasmjöri

Gerir 4 skammta

Hráefni
Herbed Smjör:

- 1 bolli (2 prik) ósaltað smjör, mildað
- ½ bolli lauslega pakkað basilíka
- ½ bolli laust pökkuð steinselja
- ½ skalottlaukur
- 1 lítill hvítlauksgeiri
- ½ tsk salt
- 1/8 tsk pipar

Karamellulagaður laukur:
- 1-msk smjör
- 2 stórir laukar, sneiddir
- ½ tsk salt
- ¼ tsk nýmalaður svartur pipar
- 2 msk fersk timjanlauf, eða 1 tsk þurrkuð
- 2 punda ýsa
- 3 tómatar, sneiddir

Leiðbeiningar
a) Gerðu kryddsmjörið með því að vinna mýkt smjör, basil, steinselju, skalottlaukur, hvítlauk, salt og pipar saman.

b) Hellið smjörinu á plastfilmu og mótið smjörið í stokk. Pakkið því inn í plastfilmuna og kælið eða frystið. Hitið smjörið og olíuna á meðalstórri pönnu við miðlungs lágan hita.
c) Bætið lauknum út í og eldið þar til þeir byrja að mýkjast, hrærið af og til, um það bil 15 mínútur.
d) Bætið við salti og pipar; Hækkið hitann örlítið og eldið þar til hann er gullinbrúnn, hrærið stundum í 30 til 35 mínútur. Hrærið timjaninu saman við.
e) Hitið ofninn í 375°. Olía 9 x 13 tommu pönnu.
f) Dreifið lauknum í botninn á pönnunni og setjið svo ýsuna á laukana.
g) Hyljið ýsuna með sneiðum tómötum.
h) Bakið þar til ýsan er enn örlítið ógagnsæ í miðjunni (um 20 mínútur). Það heldur áfram að elda þegar þú tekur það úr ofninum.
i) Skerið kryddjurtasmjörið í $\frac{1}{4}$ tommu medalíur og setjið ofan á tómatana og berið fram.

65. Cajun krydduð ýsa

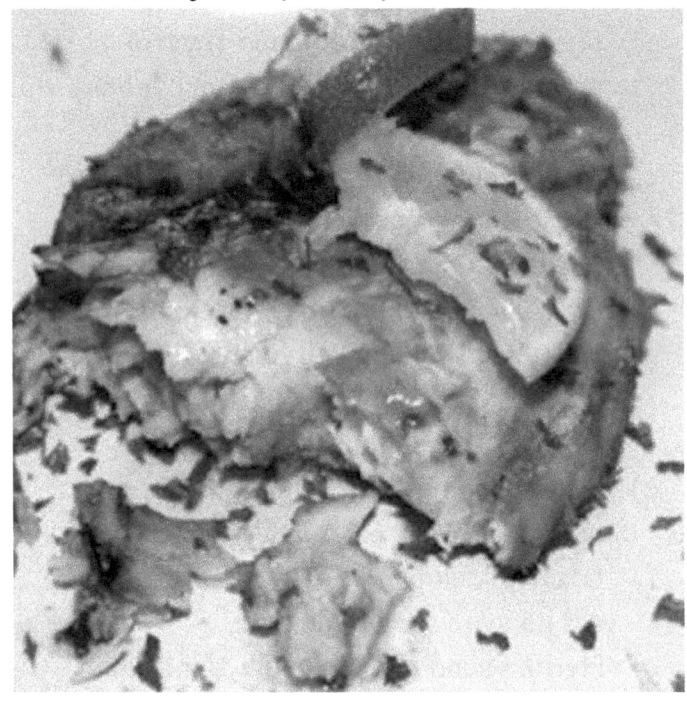

Hráefni
- 1 ýsuflök
- Venjulegt hveiti
- 1 tsk Cajun krydd
- 75 g ananas skorinn í bita
- 1 Vorlaukur
- 10 g rauðlaukur
- 10 g rauð pipar
- 10 g ólífuolía

Leiðbeiningar

a) Skerið ananasinn gróflega í 1 cm teninga fyrir salsa, skerið rauðlauk, 1 vorlauk og ristuð og afhýdd rauðlauk í smátt. Bætið olíunni og rauðvínsediki út í og látið standa í lokuðum skál við stofuhita í 1 klst.

b) Blandið hveitinu saman við Cajun kryddið og hjúpið kryddaða ýsuflökið.

c) Steikið ýsuna á pönnu og berið fram toppað með salsa.

66. Ýsu, blaðlaukur og kartöflukæfa

Hráefni
- 1/4 ýsuflök
- 25 g niðurskorinn blaðlaukur
- 25 g kartöflur í teningum
- 15 g hægeldaður laukur
- 250ml rjómi
- 100ml fiskikraftur
- Hakkað steinselja

Leiðbeiningar

a) Pönnsteikið þveginn og saxaður blaðlaukur.

b) Þegar blaðlaukur hefur mýkst er kartöflunni og lauknum bætt út í.

c) Þegar grænmetið er orðið heitt er rjómanum og soðinu bætt út í og látið suðuna koma upp. Lækkið niður í suðu og bætið söxuðu ýsunni út í.

d) Látið malla í 10 mínútur og bætið saxaðri steinselju út í við framreiðslu.

67. Reykt ýsa og tómatchutney

Hráefni:

- 3 x 175g reykt ýsuflök
- 30 litlir tilbúnir tertubollar

Sjaldgæfur

- 325g sterkur Cheddar ostur
- 75 ml mjólk
- 1 eggjarauða
- 1 heilt egg
- 1/2 matskeið sinnepsduft
- 30 g venjulegt hveiti
- 1/2 tsk Worcester sósa, Tabasco sósa
- 25 g ferskt hvítt brauðrasp
- Krydd

Tómat Chutney

- 15 g rót engifer
- 4 rauð chili
- 2 kg rauðir tómatar
- 500 g epli, afhýdd og saxuð
- 200 g sultana
- 400 g þykkt saxaður skalottlaukur
- Salt
- 450 g púðursykur
- 570ml malt edik

Leiðbeiningar

a) Kryddið ýsuna vel og setjið inn í ofn með smá ólífuolíu og eldið í um 5-6 mínútur.
b) Rífið ostinn og bætið á pönnuna með mjólkinni og hitið varlega á pönnu þar til hann er uppleystur, takið af hellunni og kælið.
c) Bætið við öllu egginu og eggjarauðunni, sinnepi, brauðmylsnu og ögn af bæði Worcester og Tabasco, kryddið og leyfið að kólna.
d) Flögðu ýsuna til að fjarlægja bein og settu chutneyið í botninn á tertunum, toppið með flögnum fiski. Hitið grillið á háan hita og setjið ýsuna yfir ýsuna og setjið undir grillið þar til hún er gullinbrún ofan á.
e) Takið ýsuna af grillinu og berið fram strax.

LAX

68. Töfrabakaður lax

(gerir 1 skammt)

Hráefni

- 1 laxaflök
- 2 tsk Salmon Magic
- Ósaltað smjör, brætt

Leiðbeiningar

a) Hitið ofninn í 450 F.
b) Penslið létt yfir og hliðar laxaflaksins með bræddu smjöri. Penslið létt pönnu með bræddu smjöri.
c) Kryddið toppinn og hliðarnar á laxaflakinu með Lax Magic. Ef flakið er þykkt skaltu nota aðeins meira af Lax Magic. Þrýstið kryddinu varlega ofan í.
d) Setjið flakið á pönnu og bakið þar til toppurinn er gullinbrúnn og flakið rétt í gegn. Til þess að hafa rakan, bleikan lax, ekki ofelda. Berið fram strax.
e) Eldunartími: 4 til 6 mínútur.

69. Lax með granatepli og kínóa

Skammtar: 4 skammtar

Hráefni

- 4 laxaflök, roðlaus
- ¾ bolli granateplasafi, sykurlaus (eða afbrigði með litlum sykri)
- ¼ bolli appelsínusafi, sykurlaus
- 2 msk appelsínumarmelaði/sulta
- 2 matskeiðar hvítlaukur, saxaður
- Salt og pipar eftir smekk
- 1 bolli kínóa, soðið samkvæmt pakka
- Nokkrar greinar af kóríander

Leiðbeiningar:

a) Blandið saman granateplasafa, appelsínusafa, appelsínumarmelaði og hvítlauk í meðalstórri skál. Kryddið með salti og pipar og stillið bragðið eftir óskum.

b) Forhitið ofninn í 400F. Smyrjið bökunarformið með mjúku smjöri. Settu laxinn á ofnplötuna og skildu eftir 1 tommu bil á milli flakanna.

c) Eldið laxinn í 8-10 mínútur. Takið síðan pönnuna varlega úr ofninum og hellið granateplablöndunni út í. Gakktu úr skugga um að toppurinn á laxinum sé jafnhúðaður með blöndunni. Setjið laxinn aftur inn í ofninn og eldið í 5 mínútur í viðbót eða þar til hann er fulleldaður og granateplablandan orðin gylltur gljáa.

d) Á meðan laxinn er að eldast, undirbúið quinoa. Sjóðið 2 bolla af vatni við meðalhita og bætið kínóa út í. Eldið í 5-8 mínútur eða þar til vatnið hefur verið frásogast. Slökktu á hitanum, þyrðu kínóainu með gaffli og settu lokið aftur. Leyfðu afgangshitanum að elda kínóaið í 5 mínútur í viðbót.

e) Flyttu granatepli-gljáða laxinn yfir í framreiðslufat og stráðu yfir nýsöxuðum kóríander. Berið laxinn fram með kínóa.

70. Bakaður lax og sætar kartöflur

Skammtar: 4 skammtar

Hráefni

- 4 laxaflök, roðið fjarlægt
- 4 meðalstórar sætar kartöflur, skrældar og skornar í 1 tommu þykkar
- 1 bolli spergilkál
- 4 matskeiðar hreint hunang (eða hlynsíróp)
- 2 msk appelsínumarmelaði/sulta
- 1 1 tommu ferskur engiferhnappur, rifinn
- 1 tsk Dijon sinnep
- 1 msk sesamfræ, ristuð
- 2 matskeiðar ósaltað smjör, brætt
- 2 tsk sesamolía
- Salt og pipar eftir smekk
- Vorlaukur/laukur, nýsaxaður

Leiðbeiningar:

a) Forhitið ofninn í 400F. Smyrjið bökunarformið með bræddu ósöltuðu smjöri.

b) Setjið niðursneiddar sætu kartöflurnar og spergilkálið á pönnunni. Kryddið létt með salti, pipar og teskeið af sesamolíu. Gakktu úr skugga um að grænmetið sé létt húðað með sesamolíu.
c) Bakið kartöflurnar og spergilkálið í 10-12 mínútur.
d) Á meðan grænmetið er enn í ofninum, undirbúið sæta gljáann. Í blöndunarskál, bætið hunangi (eða hlynsírópi), appelsínusultu, rifnum engifer, sesamolíu og sinnepi út í.
e) Taktu bökunarformið varlega úr ofninum og dreifðu grænmetinu til hliðar til að gera pláss fyrir fiskinn.
f) Kryddið laxinn létt með salti og pipar.
g) Leggið laxaflökin á miðja bökunarformið og hellið sæta gljáanum yfir laxinn og grænmetið.
h) Setjið pönnuna aftur í ofninn og eldið í 8-10 mínútur til viðbótar eða þar til laxinn er mjúkur.
i) Færið laxinn, sætu kartöflurnar og spergilkálið yfir á fallegt framreiðsludisk. Skreytið með sesamfræjum og vorlauk.

71. Bakaður lax með svörtum baunasósu

Skammtar: 4 skammtar

Hráefni

- 4 laxaflök, roð og pinnabein fjarlægð
- 3 matskeiðar svartbaunasósa eða svartbaunahvítlaukssósa
- ½ bolli kjúklingakraftur (eða grænmetiskraftur sem hollari staðgengill)
- 3 matskeiðar hvítlaukur, saxaður
- 1 1 tommu ferskur engiferhnappur, rifinn
- 2 matskeiðar sherry eða sake (eða hvaða matreiðsluvín sem er)
- 1 msk sítrónusafi, nýkreistur
- 1 msk fiskisósa
- 2 matskeiðar púðursykur
- ½ tsk rauð chili flögur
- Fersk kóríanderlauf, smátt skorin
- Vorlaukur sem skraut

Leiðbeiningar:

a) Smyrjið stórt ofnform eða klæddu það sama með bökunarpappír. Forhitið ofninn í 350F.

b) Blandið saman kjúklingakrafti og svörtu baunasósu í meðalstórri skál. Bætið hakkaðri hvítlauk, rifnum engifer, sherry, sítrónusafa, fiskisósu, púðursykri og chiliflögum út í. Blandið vandlega þar til púðursykurinn er alveg uppleystur.

c) Hellið svörtu baunasósunni yfir laxaflökin og leyfið laxinum að draga í sig svartbaunablönduna að fullu í að minnsta kosti 15 mínútur.

d) Færið laxinn yfir í bökunarformið. Eldið í 15-20 mínútur. Passið að laxinn verði ekki of þurr í ofninum.

e) Berið fram með söxuðum kóríander og vorlauk.

72. Paprika grillaður lax með spínati

Skammtar: 6 skammtar

Hráefni

- 6 bleik laxaflök, 1 tommu þykk
- ¼ bolli appelsínusafi, nýkreistur
- 3 tsk þurrkað timjan
- 3 matskeiðar extra virgin ólífuolía
- 3 tsk sætt paprikuduft
- 1 tsk kanillduft
- 1 msk púðursykur
- 3 bollar spínatblöð
- Salt og pipar eftir smekk

Leiðbeiningar:

a) Penslið smá ólífu létt á hvorri hlið laxflökanna, kryddið síðan með paprikudufti, salti og pipar. Setjið til hliðar í 30 mínútur við stofuhita. Leyfið laxinum að draga í sig paprikuruddið.

b) Blandið saman appelsínusafa, þurrkuðu timjani, kanildufti og púðursykri í lítilli skál.

c) Forhitið ofninn í 400F. Flyttu laxinn yfir á álpappírsklædda ofnform. Hellið marineringunni út í laxinn. Eldið laxinn í 15-20 mínútur.
d) Bætið teskeiðum af extra virgin ólífuolíu í stóra pönnu og eldið spínatið í um það bil nokkrar mínútur eða þar til það er visnað.
e) Berið bakaða laxinn fram með spínati til hliðar.

73. Lax Teriyaki með grænmeti

Skammtar: 4 skammtar

Hráefni

- 4 laxaflök, roð og pinnabein fjarlægð
- 1 stór sæt kartöflu (eða einfaldlega kartöflu), skorin í hæfilega bita
- 1 stór gulrót, skorin í hæfilega stóra bita
- 1 stór hvítlaukur, skorinn í báta
- 3 stórar paprikur (grænar, rauðar og gular), saxaðar
- 2 bollar spergilkál (má skipta út fyrir aspas)
- 2 matskeiðar extra virgin ólífuolía
- Salt og pipar eftir smekk
- Vorlaukur, smátt saxaður
- Teriyaki sósa
- 1 bolli vatn
- 3 matskeiðar sojasósa
- 1 msk hvítlaukur, saxaður
- 3 matskeiðar púðursykur
- 2 matskeiðar hreint hunang
- 2 matskeiðar maíssterkju (leyst upp í 3 matskeiðar vatni)
- $\frac{1}{2}$ matskeiðar ristað sesamfræ

Leiðbeiningar:

a) Í lítilli pönnu, þeytið sojasósu, engifer, hvítlauk, sykur, hunang og vatn við lágan hita. Hrærið stöðugt þar til blandan kraumar hægt. Hrærið maíssterkjuvatninu út í og bíðið þar til blandan þykknar. Bætið sesamfræjunum út í og setjið til hliðar.

b) Smyrjið stórt eldfast mót með ósöltuðu smjöri eða matreiðsluúða. Forhitið ofninn í 400F.

c) Setjið allt grænmetið í stóra skál og dreypið ólífuolíu yfir. Blandið vel saman þar til grænmetið er vel húðað með olíu. Kryddið með nýstökkuðum pipar og smá salti. Færið grænmetið yfir í eldfast mót. Dreifið grænmetinu til hliðanna og látið smá pláss vera í miðju bökunarformsins.

d) Setjið laxinn í miðju bökunarformsins. Hellið 2/3 af teriyaki sósunni út í grænmetið og laxinn.

e) Bakið laxinn í 15-20 mínútur.

f) Færið bakaða laxinn og steikta grænmetið yfir á fallegt framreiðsludisk.

Hellið afganginum af teriyaki sósunni út í og skreytið með söxuðum vorlauk.

74. Lax í asískum stíl með núðlum

Skammtar: 4 skammtar

Hráefni

Lax

- 4 laxaflök, roðið fjarlægt
- 2 matskeiðar ristuð sesamolía
- 2 matskeiðar hreint hunang
- 3 matskeiðar létt sojasósa
- 2 matskeiðar hvítt edik
- 2 matskeiðar hvítlaukur, saxaður
- 2 matskeiðar ferskt engifer, rifið
- 1 tsk ristuð sesamfræ
- Saxaður vorlaukur til skrauts

Hrísgrjónanúðlur

- 1 pakki asískar hrísgrjónanúðlur

Sósa

- 2 matskeiðar fiskisósa
- 3 matskeiðar lime safi, nýkreistur
- Chili flögur

Leiðbeiningar:

a) Fyrir laxamarineringina skaltu sameina sesamolíu, sojasósu, edik, hunang, hakkað hvítlauk og sesamfræ. Hellið í laxinn og leyfið fiskinum að marinerast í 10-15 mínútur.

b) Leggið laxinn í eldfast mót sem er smurt létt með ólífuolíu. Eldið í 10-15 mínútur í 420F.

c) Á meðan laxinn er í ofninum skaltu elda hrísgrjónanúðlurnar samkvæmt leiðbeiningum á pakka. Tæmið vel og færið í einstakar skálar.

d) Blandið saman fiskisósu, limesafa og chiliflögum og hellið í hrísgrjónanúðlurnar.

e) Toppið hverja núðluskál með nýbökuðum laxaflökum. Skreytið með vorlauk og sesamfræjum.

75. Poached lax í tómatar hvítlaukssoði

Þjónar 4

Hráefni

- 8 hvítlauksrif
- skalottlaukur
- teskeiðar extra virgin ólífuolía
- 5 þroskaðir tómatar
- 1 1/2 bollar þurrt hvítvín
- 1 bolli vatn
- 8 timjangreinar 1/4 tsk sjávarsalt
- 1/4 tsk ferskur svartur pipar
- 4 Copper River Sockeye laxflök hvít trufluolía (valfrjálst)

Leiðbeiningar

a) Afhýðið og saxið hvítlauksgeira og skalottlauka gróft. Setjið ólífuolíuna, hvítlaukinn og skalottlaukinn í stórt steikingarform eða steiktu pönnu með loki. Svitið yfir miðlungs lágum hita þar til það er mjúkt, um það bil 3 mínútur.

b) Setjið tómata, vín, vatn, timjan, salt og pipar á pönnuna og látið suðuna koma upp.

Þegar það hefur suðuð, lækkið hitann niður í suðu og lokið.

c) Látið malla í 25 mínútur þar til tómatarnir hafa sprungið og losað safinn. Myljið tómatana í kvoða með tréskeið eða spaða. Látið malla án loksins í 5 mínútur í viðbót þar til soðið hefur minnkað aðeins.

d) Á meðan soðið er enn að malla er laxinn settur í soðið. Lokið og steikið í aðeins 5 til 6 mínútur þar til fiskurinn flagnar auðveldlega. Setjið fiskinn á disk og setjið til hliðar. Setjið síu í stóra skál og hellið afganginum af seyði í síuna. Síið soðið og fargið þeim föstum efnum sem eftir eru. Smakkaðu soðið og bætið við salti og pipar ef þarf.

e) Einföld smjör kartöflumús eða jafnvel ristaðar kartöflur eru góð hlið með þessari máltíð. Setjið svo steiktan aspas og steikta laxinn ofan á.

f) Hellið síaða soðinu utan um laxinn. Bætið við ögn af hvítri truffluolíu ef vill. Berið fram.

76. Steiktur lax

Hráefni

- Lítil laxaflök, um það bil 6 aura

Leiðbeiningar

a) Setjið um það bil hálfa tommu af vatni í litla 5-6 tommu steikarpönnu, hyljið hana, hitið vatnið til að krauma, setjið síðan flökuna yfir í fjórar mínútur.
b) Bætið hvaða kryddi sem ykkur líkar við laxinn eða vatnið.
c) Mínúturnar fjórar skilja miðjuna eftir óeldaða og mjög safaríka.
d) Látið flökið kólna aðeins og skerið það í hálfa og hálfa þumlunga breiða bita.
e) Bætið við salat, þar á meðal salati (hvers konar) góðum tómötum, fallegu þroskuðu avókadó, rauðlauk, brauðteningum og hvaða bragðgóðu dressingu sem er.

77. Poached Lax með Grænu Herb Salsa

Skammtar: 4 skammtar

Hráefni

- 3 bollar vatn
- 4 grænt tepokar
- 2 stór laxaflök (um 350 grömm hvert)
- 4 matskeiðar extra virgin ólífuolía
- 3 matskeiðar sítrónusafi, nýkreistur
- 2 matskeiðar steinselja, nýsöxuð
- 2 matskeiðar basilíka, nýsöxuð
- 2 matskeiðar oregano, nýsaxað
- 2 matskeiðar asískur graslaukur, nýsaxaður
- 2 tsk timjanblöð
- 2 tsk hvítlaukur, saxaður

Leiðbeiningar:

a) Hitið vatn að suðu í stórum potti. Bætið grænu tepokunum við og takið síðan af hitanum.

b) Leyfðu tepokanum að draga í 3 mínútur. Veitið tepokana upp úr pottinum og hitið vatnið með teinu að suðu. Bætið laxinum út í og lækkið hitann.

c) Steikið laxaflökin þar til þau verða ógagnsæ í miðhlutanum. Eldið laxinn í 5-8 mínútur eða þar til hann er fulleldaður.

d) Takið laxinn úr pottinum og setjið til hliðar.

e) Hellið öllum nýsöxuðum kryddjurtum, ólífuolíu og sítrónusafa í blandara eða matvinnsluvél. Blandið vel þar til blandan myndast í slétt deig. Kryddið deigið með salti og pipar. Þú getur stillt kryddið þegar þörf krefur.

f) Berið steikta laxinn fram á stóru fati og toppið með fersku kryddjurtamaukinu.

78. Kalt soðið laxasalat

Afrakstur: 2 skammtar

Hráefni

- 1 matskeið saxað sellerí
- 1 matskeið saxaðar gulrætur
- 2 matskeiðar grófsaxaður laukur
- 2 bollar vatn
- 1 bolli hvítvín
- 1 lárviðarlauf
- 1½ tsk salt
- 1 sítróna; skera í tvennt
- 2 greinar steinselju
- 5 svört piparkorn
- 9 aura miðjuskorið laxflök
- 4 bollar barnaspínat; hreinsað
- 1 matskeið sítrónusafi
- 1 tsk saxaður sítrónubörkur
- 2 matskeiðar saxað ferskt dill

- 2 matskeiðar söxuð fersk steinselja
- ½ bolli ólífuolía
- 1½ tsk saxaður skalottlaukur
- 1 salt; að smakka
- 1 nýmalaður svartur pipar; að smakka

Leiðbeiningar

a) Setjið sellerí, gulrætur, lauk, vín, vatn, lárviðarlauf, salt, sítrónu, steinselju og piparkorn á grunna pönnu. Látið suðuna koma upp, lækkið hitann og setjið laxabitana varlega í sjóðandi vökvann, setjið lok á og látið malla í 4 mínútur. Gerðu marineringuna á meðan.

b) Blandið saman sítrónusafa, börki, dilli, steinselju, ólífuolíu, skalottlaukum, salti og pipar í skál. Hellið marineringunni í pönnu eða ílát sem er ekki hvarfgjarnt með flatan botn og nægjanlegt pláss til að leggja eldaðan laxinn. Takið nú laxinn af pönnunni og setjið hann í marineringuna. Látið kólna í 1 klst.

c) Hellið spínatinu út í smá af marineringunni og kryddið með salti og pipar og skiptið á milli tveggja diska. Setjið lax ofan á spínatið með rifa spaða.

79. Poached lax með klístrað hrísgrjónum

Afrakstur: 1 skammtur

Hráefni

- 5 bollar Ólífuolía
- 2 höfuð engifer; mölbrotinn
- 1 höfuð hvítlaukur; mölbrotinn
- 1 búnt rauðlaukur; slípaður
- 4 stykki lax; (6 aura)
- 2 bollar japönsk hrísgrjón; rauk
- ¾ bolli Mirin
- 2 rauðlaukur; slípaður
- ½ bolli Þurrkuð kirsuber
- ½ bolli Þurrkuð bláber
- 1 blað nori; molnaði
- ½ bolli sítrónusafi
- ½ bolli fiskikraftur
- ¼ bolli ísvín
- ¾ bolli vínberjaolía

- ½ bolli Loftþurrkaður maís

Leiðbeiningar

a) Komið ólífuolíunni í 160 gráður í pott. Bætið engiferinu, hvítlauknum og lauknum saman við. Takið blönduna af hitanum og leyfið henni að blandast í 2 klst. Álag.

b) Gufðu hrísgrjónin og kryddaðu síðan með mirininu. Þegar það er búið að kólna, blandið sönduðum lauknum saman við, þurrkað í potti. Hitið ólífuolíuna upp í 160 gráður. Bætið engiferinu, hvítlauknum og lauknum saman við. Taktu berin og þangið.

c) Til að búa til sósuna skaltu koma sítrónusafa, fiskikrafti og ísvíni að suðu. Takið af hitanum og blandið vínberjaolíu saman við. Kryddið með salti og pipar.

d) Til að tæpa fiskinn skaltu koma rjúpnaolíu upp í um 160 gráður í djúpum potti. Kryddið laxinn með salti og pipar og dýfið allan fiskbitann varlega ofan í olíuna. Látið steikjast varlega í um 5 mínútur eða þar til sjaldgæft-miðlungs.

e) Á meðan fiskurinn er að eldast, setjið hrísgrjónasalat á disk og dreypið sítrónusósu yfir. Setjið steiktan fisk á hrísgrjónasalat þegar búið er að steikja það.

80. Sítrus laxaflök

Þjónar 4 manns

Hráefni

- ¾ kg ferskt laxaflök
- 2 matskeiðar Manuka bragðbætt eða venjulegt hunang
- 1 msk Nýkreistur lime safi
- 1 msk Nýkreistur appelsínusafi
- ½ matskeið lime börkur
- ½ matskeið appelsínubörkur
- ½ klípa salt og pipar
- ½ lime skorið í sneiðar
- ½ appelsína sneið
- ½ handfylli ferskt timjan og örjurtir

Leiðbeiningar

a) Notaðu um 1,5 kg + ferskt Regal laxaflök, húð á, beinið út.

b) Bætið appelsínu, lime, hunangi, salti, pipar og börki saman við – blandið vel saman
c) Hálftíma fyrir eldun gljáðu flakið með sætabrauðspensli og fljótandi sítrus.
d) Skerið appelsínu og lime í þunnar sneiðar
e) Bakið við 190 gráður í 30 mínútur og athugaðu síðan, gæti þurft 5 mínútur í viðbót eftir því hvernig þú vilt frekar laxinn þinn.
f) Takið úr ofninum og stráið fersku timjani og örjurtum yfir

81. Lax lasagne

Þjónar 4 manns

Hráefni

- 2/3 hluti(r) Mjólk til veiðiþjófnaðar
- 2/3 grömm soðin lasagneplötur
- 2/3 bolli(r) ferskt dill
- 2/3 bolli(r) baunir
- 2/3 bolli parmesan
- 2/3 kúla af mozzarella
- 2/3 sósa
- 2/3 poki af barnaspínati
- 2/3 bolli (r) rjómi
- 2/3 teskeið(r) Múskat

Leiðbeiningar

a) Fyrst skaltu búa til béchamel- og spínatsósur og steikja laxinn. Fyrir béchamel sósuna, bræðið smjörið í litlum potti. Hrærið hveitið og eldið í nokkrar mínútur þar til það er froðukennt, hrærið stöðugt í.

b) Bætið heitu mjólkinni smám saman út í, þeytið út í allan tímann, þar til sósan er slétt. Látið suðuna koma rólega upp, hrærið stöðugt þar til sósan þykknar. Kryddið eftir smekk með salti og pipar.

c) Til að búa til spínatsósu skaltu snyrta og þvo spínat. Með vatni sem loðir enn við blöðin, setjið spínat í stóran pott, hyljið með loki og látið malla varlega þar til blöðin eru rétt að visna.

d) Tæmdu og kreistu út umfram vatn. Flyttu spínatinu yfir í blandara eða matvinnsluvél og bætið rjómanum og múskatinu út í. Púlsaðu til að blanda saman og kryddaðu síðan með salti og pipar.

e) Hitið ofninn í 180°C. Smyrjið stórt eldfast mót. Steikið laxinn varlega í mjólk þar til hann er nýsoðinn og brjótið síðan í stóra bita. Fargið mjólkinni.

f) Hyljið botn bökunarformsins þunnt með 1 bolla af bechamelsósu.

g) Dreifið lag af lasagneplötum sem skarast yfir sósuna, dreifið síðan spínatsósu yfir og helmingurinn af laxabitunum jafnt yfir. Stráið smá söxuðu dilli yfir. Bætið öðru lagi af lasagne við, bætið svo við lagi af bechamelsósu og stráið yfir þetta með ertum til að þekja gróft.

h) Endurtaktu lögin aftur, svo lasagne, spínat og lax, dill, lasagne, bechamelsósa og svo baunir. Endið með síðasta lagi af lasagne, svo þunnu lagi af bechamelsósu. Toppið með rifnum parmesanosti og bitum af ferskum mozzarella.

i) Bakið lasagnið í 30 mínútur, eða þar til það er heitt og

82. Teriyaki laxflök

Þjónar 4 manns

Hráefni

- 140 grömm 2 x tvíburar Regal 140g Ferskur laxskammtur
- 1 bolli(r) flórsykur
- 60 ml sojasósa
- 60 ml mirin krydd
- 60 ml mirin krydd
- 1 pakki af lífrænum udon núðlum

Leiðbeiningar

a) Marinerið 4 x 140 g bita af ferskum Regal laxi með flórsykri, sojasósu, mirin sósu, blandið öllum 3 hráefnunum vel saman og látið liggja á laxinum í 30 mínútur.

b) Sjóðið vatn og bætið lífrænu udon núðlunum út í og látið þær sjóða hratt í 10 mínútur.

c) Skerið skalottlaukana þunnt og setjið til hliðar.

d) Eldið laxaflakaskammta á pönnu við miðlungs til háan hita í 5 mínútur og snúið síðan frá hlið til hliðar og hellið aukasósu yfir.

e) Þegar núðlurnar eru tilbúnar dreift á disk, toppið með laxi

83. Crispy Skin Lax með kapersdressingu

Þjónar 4 manns

Hráefni

- 4 ferskt NZ laxflök 140 g skammtar
- 200 ml úrvals ólífuolía
- 160 ml hvítt balsamik edik
- 2 Hvítlauksrif mulið
- 4 matskeiðar kapers saxaðar
- 4 matskeiðar steinselja saxuð
- 2 matskeiðar dill saxað

Leiðbeiningar

a) Skerið laxaflökin með 20 ml af ólífuolíu og kryddið með salti og pipar.

b) Eldið við háan hita með því að nota non-stick steikarpönnu í 5 mínútur, snúið toppi til botns og hlið til hliðar.

c) Setjið afganginn af hráefninu í skál og þeytið, þetta er dressingin þín, þegar laxinn er soðinn skaltu hella dressingunni yfir flakið með roðhliðinni upp.

d) Berið fram með peru, valhnetu, halloumi og roket salati

84. Laxaflök með kavíar

Þjónar 4 manns

Hráefni

- 1 tsk Salt
- 1 limebátar
- 10 skalottlaukur (laukur) afhýddir
- 2 matskeiðar sojaolía (auka til að bursta)
- 250 grömm Kirsuberjatómatar helmingaðir
- 1 lítið grænt chili í þunnar sneiðar
- 4 matskeiðar lime safi
- 3 matskeiðar Fiskisósa
- 1 matskeið Sykur
- 1 handfylli kóríandergreinar
- 1 1/2kg ferskt laxaflök s/on b/out
- 1 krukka af laxahrognum (kavíar)

- 3/4 agúrka afhýdd, helminguð á lengd, fræhreinsuð og skorin í þunnar sneiðar

Leiðbeiningar

a) Hitið ofninn í 200°C, en sneið agúrka í keramikskál, með salti, setjið til hliðar í 30 mínútur og leyfið henni að súrsa.

b) Setjið skalottlaukana í lítið eldfast mót, bætið sojaolíunni út í, blandið vel saman og setjið inn í ofn í 30 mínútur þar til þeir eru mjúkir og vel brúnaðir.

c) Takið úr ofninum og setjið til hliðar til að kólna, á meðan þvoið söltu gúrkuna vel, undir miklu rennandi vatni, kreistið síðan þurrt í handfylli og setjið í skál.

d) Hitið ofngrillið mjög heitt, helmingið skalottlaukana og bætið þeim út í gúrkuna.

e) Bætið tómötum, chili, limesafa, fiskisósu, sykri, kóríandergreinum og sesamolíu saman við og blandið vel saman.

f) Smakkið til – ef þarf stillið sætið, með sykri og limesafa – setjið til hliðar.

g) Leggið laxinn á bökunarpappír með olíu, penslið toppinn af laxi með sojaolíu, kryddið með salti og pipar, setjið undir grillið í 10 mínútur eða þar til hann er nýsoðinn og léttbrúnn.

h) Takið úr ofninum, setjið á fat, stráið tómat- og gúrkublöndunni yfir og skeiðar af laxahrognum.

i) Berið fram með lime bátum og hrísgrjónum

85. Ansjósugrillaðar laxasteikur

Afrakstur: 4 skammtar

Hráefni

- 4 laxasteikur
- Steinseljukvistar
- Sítrónubátar ---ansjosusmjör-----
- 6 Ansjósuflök
- 2 matskeiðar Mjólk
- 6 matskeiðar Smjör
- 1 dropi Tabasco sósa
- Pipar

Leiðbeiningar

a) Forhitið grillið í háan hita. Smyrjið grillgrindina og setjið hverja steik fyrir til að tryggja jafnan hita. Setjið lítinn hnoð af ansjósusmjöri (skipta fjórðungi af blöndunni í fernt) á hverja steik. Grillið í 4 mínútur.

b) Snúið steikunum við með fisksneið og setjið annan fjórðung af smjörinu á milli steikanna. Grillið á annarri hliðinni í 4 mínútur. Lækkið hitann og leyfið að malla í 3 mínútur til viðbótar, minna ef steikurnar eru þunnar.

c) Berið fram með snyrtilega raða ansjósusmjöri ofan á hverja steik.

d) Skreytið með steinseljugreinum og sítrónubátum.

e) Ansjósusmjör: Leggið öll ansjósuflökin í bleyti í mjólk. Maukið í skál með tréskeið þar til það er kremkennt. Blandið öllu hráefninu saman og kælið.

f) Þjónar 4.

86. BBQ reykgrillaður lax

Afrakstur: 4 skammtar

Hráefni

- 1 tsk Rifinn limebörkur
- ¼ bolli lime safi
- 1 matskeið jurtaolía
- 1 tsk Dijon sinnep
- 1 klípa pipar
- 4 laxasteikur, 1 tommu þykkar [1-1/2 lb.]
- ⅓ bolli Ristað sesamfræ

Leiðbeiningar

a) Blandið saman limebörk og safa, olíu, sinnepi og pipar í grunnt fat; bæta við fiski, snúa við kápu. Lokið og látið marinerast við stofuhita í 30 mínútur, snúið öðru hverju.

b) Panta marinade, fjarlægja fisk; stráið sesamfræjum yfir. Setjið á smurt grill beint yfir meðalhita. Bætið við bleytum viðarflögum.

c) Lokið og eldið, snúið og stráið með marineringunni hálfa leið í gegnum, í 16-20 mínútur eða þar til fiskurinn flagnar auðveldlega þegar hann er prófaður með gaffli.

87. Kolagrillaður lax og svartar baunir

Afrakstur: 4 skammtar

Hráefni

- ½ pund svartar baunir; bleytur
- 1 lítill laukur; hakkað
- 1 lítil gulrót
- ½ sellerí rif
- 2 aura Skinka; hakkað
- 2 Jalapeno paprikur; stilkað og skorið í teninga
- 1 hvítlauksgeiri
- 1 lárviðarlauf; bundið saman við
- 3 timjangreinar
- 5 bollar Vatn
- 2 hvítlauksrif; hakkað
- ½ tsk heitar piparflögur
- ½ sítróna; djúsað

- 1 sítróna; djúsað
- ⅓ bolli Ólífuolía
- 2 matskeiðar fersk basil; hakkað
- 24 aura laxasteikur

Leiðbeiningar

a) Sameina í stórum potti baununum, lauknum, gulrótinni, selleríinu, skinku, jalapenos, heilum hvítlauk, lárviðarlaufi með timjan og vatni. Látið malla þar til baunirnar eru mjúkar, um það bil 2 klukkustundir, bætið við meira vatni eftir þörfum til að halda baununum þakið.

b) Fjarlægðu gulrót, sellerí, kryddjurtir og hvítlauk og tæmdu afganginn af eldunarvökvanum. Kasta baununum saman við hakkað hvítlauk, piparflögur og safa úr ½ sítrónu. Setja til hliðar.

c) Á meðan baunirnar eru að eldast skaltu blanda saman safa úr heilli sítrónu, ólífuolíu og basilíkulaufum. Hellið laxasteikunum yfir og kælið í 1 klst. Grillið laxinn yfir miðlungs háum loga í 4-

5 mínútur á hvorri hlið, stráið með smá af marineringunni á hverri mínútu. Berið hverja steik fram með skammti af baunum.

88. Eldvargur grillaður Alaskan lax

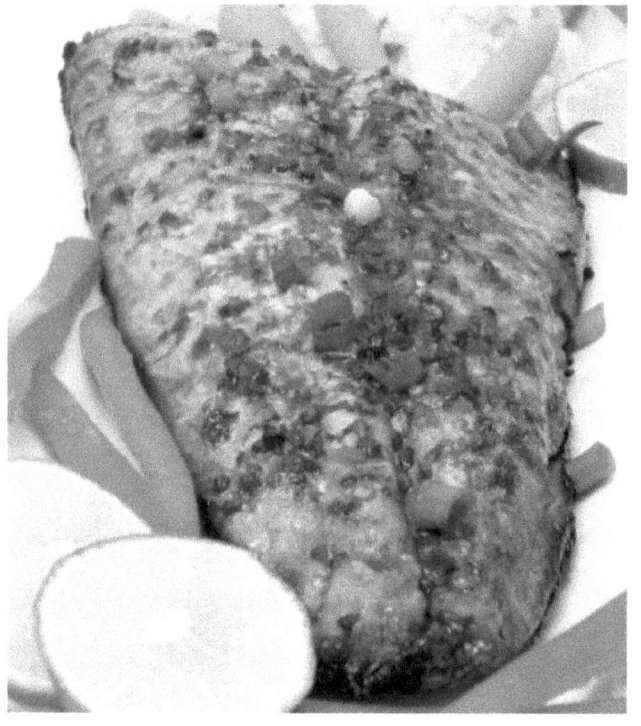

Afrakstur: 4 skammtar

Hráefni

- 4 6 únsur. laxasteikur
- ¼ bolli Hnetuolía
- 2 matskeiðar sojasósa
- 2 matskeiðar Balsamic edik
- 2 matskeiðar Saxaður laukur
- 1½ tsk Púðursykur
- 1 hvítlauksgeiri, saxaður
- ¾ tsk Rifin fersk engiferrót
- ½ tsk Rauð chile flögur, eða meira til
- Bragð
- ½ tsk sesamolía
- ⅛ teskeið Salt

Leiðbeiningar

a) Setjið laxasteikurnar í glerskál. Hrærið saman afganginum og hellið yfir laxinn.

b) Setjið plastfilmu yfir og látið marinerast í kæliskáp í 4 til 6 klukkustundir. Hitið grillið. Takið laxinn úr marineringunni, penslið grillið með olíu og setjið laxinn á grillið.

c) Grillið við meðalhita í 10 mínútur á tommu af þykkt, mælt á þykkasta hlutanum, snúið við hálfa eldun, eða þar til fiskurinn flagnar þegar hann er prófaður með gaffli.

89. Flash grillaður lax

Afrakstur: 1 skammtur

Hráefni

- 3 aura lax
- 1 matskeið Ólífuolía
- ½ sítróna; safi af
- 1 tsk graslaukur
- 1 tsk steinselja
- 1 tsk Nýmalaður pipar
- 1 matskeið sojasósa
- 1 matskeið hlynsíróp
- 4 eggjarauður
- ¼ pint fiskikraftur
- ¼ pint hvítvín
- 125 millilítrar Tvöfaldur rjómi
- Graslaukur
- Steinselja

Leiðbeiningar

a) Skerið laxinn þunnt og setjið í ílát með ólífuolíu, hlynsírópi, sojasósu, pipar og sítrónusafa í 10-20 mínútur.

b) Sabayon: Þeytið egg yfir bain marie. Minnkaðu hvítvínið og fiskikraftinn á pönnu. Bætið blöndunni við eggjahvíturnar og þeytið. Bætið við rjóma, enn þeytið.

c) Setjið þunnar laxasneiðar á borðplötuna og dreypið smávegis af sabayoninu yfir. Settu undir grillið í aðeins 2-3 mínútur.

d) Takið út og berið fram strax með graslauk og steinselju.

e)

90. Grillaður lax og smokkfisk blekpasta

Afrakstur: 1 skammtur

Hráefni

- 4 200 g; (7-8oz) bita af laxaflaki
- Salt og pipar
- 20 millilítra jurtaolía; (3/4oz)
- Ólífuolía til steikingar
- 3 Hvítlauksgeirar fínt skornir
- 3 Fínt saxaðir tómatar
- 1 Fínt saxaður vorlaukur
- Krydd
- 1 Spergilkál

Leiðbeiningar

a) Pasta: þú getur keypt blekpoka af smokkfiski hjá góðum fisksala ... eða notað uppáhalds pastaið þitt

b) Forhitið ofninn í 240øC/475øF/gasmark 9.

c) Kryddið laxaflakabitana með salti og pipar. Hitið steikarpönnu sem festist ekki og bætið síðan við olíu. Setjið laxinn á pönnuna og steikið á hvorri hlið í 30 sekúndur.

d) Færið fiskinn yfir á ofnskúffu og steikið síðan í 6-8 mínútur þar til fiskurinn flögur, en er enn svolítið bleikur í miðjunni. Látið hvíla í 2 mínútur.

e) Færið fiskinn yfir á heita diska og hellið sósunni yfir.

f) Eldið spergilkálið með pastanu í um 5 mínútur.

g) Hellið smá olíu á pönnuna, bætið hvítlauknum, tómötunum og vorlauknum út í. Steikið við vægan hita í 5 mínútur, bætið brokkolíinu út í á síðustu stundu.

91. Lax með grilluðum lauk

GERIR 8 TIL 10 SKÓMA

Hráefni

- 2 bollar harðviðarflísar, liggja í bleyti í vatni
- 1 stór síðu eldislax (um 3 pund), pinnabein fjarlægð
- 3 bollar Smoking Brine, gerður með vodka
- ¾ bolli Smoking Rub
- 1 matskeið þurrkað dill illgresi
- 1 tsk laukduft
- 2 stórir rauðlaukar, skornir í tommuþykka hringi
- ¾ bolli extra virgin ólífuolía 1 búnt ferskt dill
- Fínt rifinn börkur af 1 sítrónu 1 hvítlauksgeiri, saxaður
- Gróft salt og malaður svartur pipar

Leiðbeiningar

a) Setjið laxinn í stóra (2 lítra) renniláspoka. Ef þú átt aðeins 1 lítra poka skaltu skera fiskinn í tvennt og nota tvo poka. Bætið saltvatninu í pokann/pokana, þrýstu loftinu út og innsiglið. Kælið í 3 til 4 klst.

b) Blandið öllu nema 1 matskeið af nuddinu saman við þurrkað dill og laukduft og setjið til hliðar. Leggið lauksneiðarnar í bleyti í ísvatni. Hitið grill fyrir óbeinn lágan hita, um 225 iF, með reyk. Tæmið viðarflögurnar og bætið þeim á grillið.

c) Fjarlægðu laxinn úr saltvatninu og þerraðu hann með pappírshandklæði. Fleygðu saltvatninu. Húðaðu fiskinn með 1 matskeið af olíunni og stráðu kjöthliðinni með nuddinu sem hefur þurrkað dill í henni.

d) Lyftu lauknum úr ísvatninu og þurrkaðu. Húðið með 1 matskeið af olíunni og stráið afganginum 1 matskeið af nudda yfir. Setjið fiskinn og laukinn til hliðar til að hvíla í 15 mínútur.

e) Penslið grillristina og nuddið vel með olíu. Leggið laxinn, með holdhliðinni niður, beint yfir hita og grillið í 5 mínútur þar til yfirborðið er gullbrúnt. Notaðu stóran fiskspaða eða tvo venjulega spaða, snúðu fiski með roðhliðinni niður og settu á grillristina frá eldinum. Setjið lauksneiðarnar beint yfir eldinn.

f) Lokaðu grillinu og eldaðu þar til laxinn er stinn að utan, en ekki þurr, og seigur í miðjunni, um 25 mínútur. Þegar því er lokið mun raki fara í gegnum yfirborðið þegar ýtt er varlega á fiskinn. Það ætti ekki að flagna að fullu undir þrýstingi.

g) Snúðu lauknum einu sinni á meðan á eldunartímanum stendur.

h)

92. Cedar plank lax

Borðar: 6

Hráefni

- 1 ómeðhöndlað sedrusviðplanki (um 14" x 17" x 1/2")
- 1/2 bolli ítalsk dressing
- 1/4 bolli hakkað sól-þurrkaðir tómatar
- 1/4 bolli söxuð fersk basilíka
- 1 (2-pund) laxaflök (1 tommu þykkt), húð fjarlægð

Leiðbeiningar

a) Dýfðu sedrusviði algerlega í vatni, settu lóð ofan á til að halda honum algerlega þakinn. Leggið í bleyti að minnsta kosti 1 klst.
b) Forhitið grillið í miðlungs-mikill hiti.
c) Í lítilli skál, sameina dressingu, sól-þurrkaðir tómatar og basil; setja til hliðar.
d) Fjarlægðu bjálkann úr vatni. Settu lax á planka; setja á grillið og loka lokinu. Grillið í 10 mínútur og penslið síðan laxinn

með dressingu. Lokaðu lokinu og grillaðu í 10 mínútur í viðbót, eða þar til laxinn flagnar auðveldlega með gaffli.

93. Reyktur hvítlaukslax

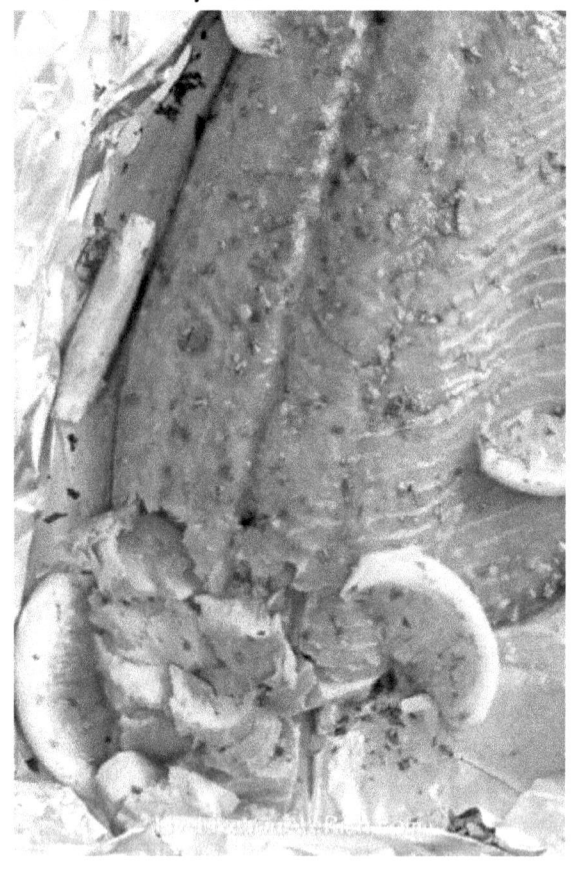

Þjónar 4

Hráefni

- 1 1/2 pund. laxaflök
- salt og pipar eftir smekk 3 hvítlauksrif, söxuð
- 1 grein ferskt dill, saxað 5 sneiðar sítrónu
- 5 greinar ferskt dillgresi
- 2 grænir laukar, saxaðir

Leiðbeiningar

a) Undirbúið reykingartæki í 250° F.
b) Sprautaðu tveimur stórum álpappír með matreiðsluúða.
c) Leggið laxaflök ofan á eitt stykki af filmu. Stráið laxi yfir salti, pipar, hvítlauk og söxuðu dilli. Raðið sítrónusneiðum ofan á flakið og setjið dillikvist ofan á hverja sítrónusneið. Stráið flaki yfir grænum lauk.
d) Reykið í um 45 mínútur.

94. Grillaður lax með ferskum ferskjum

Skammtar: 6 skammtar

Hráefni

- 6 laxaflök, 1 tommu þykk
- 1 stór dós ferskjur í sneiðum, létt síróp
- 2 matskeiðar hvítur sykur
- 2 matskeiðar létt sojasósa
- 2 matskeiðar Dijon sinnep
- 2 matskeiðar ósaltað smjör
- 1 1 tommu ferskur engiferhnappur, rifinn
- 1 msk ólífuolía, extra virgin afbrigði
- Salt og pipar eftir smekk
- Nýsaxað kóríander

Leiðbeiningar:

a) Tæmdu sneiðar ferskjurnar og geymdu um það bil 2 matskeiðar af léttu sírópi. Skerið ferskjurnar í hæfilega stóra bita.

b) Setjið laxaflökin í stórt eldfast mót.

c) Í meðalstórum potti, bætið út í fráteknu ferskjusírópinu, hvítum sykri, sojasósu, Dijon sinnepi, smjöri, ólífuolíu og engifer. Haltu áfram að hræra við lágan hita þar til blandan þykknar aðeins. Saltið og piprið eftir smekk.

d) Slökkvið á hitanum og dreifið smá af blöndunni í laxaflökin ríkulega með því að nota strápensla.

e) Bætið sneiðum ferskjum í pottinn og hjúpið vandlega með gljáa. Hellið gljáðum ferskjum yfir laxinn og dreifið jafnt yfir.

f) Bakið laxinn í um það bil 10-15 mínútur í 420F. Fylgstu vel með laxinum svo að rétturinn brenni ekki.

g) Stráið yfir smá nýsöxuðu kóríander áður en það er borið fram.

95. Reyktur lax og rjómaostur á ristuðu brauði

Skammtar: 5 skammtar

Hráefni

- 8 franskar baguette- eða rúgbrauðsneiðar
- ½ bolli rjómaostur, mildaður
- 2 matskeiðar hvítlaukur, þunnar sneiðar
- 1 bolli reyktur lax, skorinn í sneiðar
- ¼ bolli smjör, ósaltað afbrigði
- ½ tsk ítalskt krydd
- Dilllauf, smátt saxað
- Salt og pipar eftir smekk

Leiðbeiningar:

a) Bræðið smjör á lítilli pönnu og bætið ítölsku kryddi smám saman út í. Dreifið blöndunni í brauðsneiðarnar.

b) Ristið þær í nokkrar mínútur með því að nota brauðrist.

c) Smyrjið smá rjómaosti á ristað brauðið. Settu síðan reyktan lax og þunnar sneiðar af rauðlauk ofan á. Endurtaktu ferlið þar til allar ristuðu brauðsneiðarnar eru notaðar.

d) Færið yfir á disk og skreytið fínt söxuð dillblöð ofan á.

96. Engifer grillað laxasalat

Afrakstur: 4 skammtar

Hráefni

- ¼ bolli fitulaus jógúrt
- 2 matskeiðar Fínt saxað ferskt engifer
- 2 hvítlauksgeirar, smátt saxaðir
- 2 matskeiðar ferskur lime safi
- 1 msk Nýrifinn limebörkur
- 1 matskeið hunang
- 1 matskeið Canola olía
- ½ tsk Salt
- ½ tsk Nýmalaður svartur pipar
- 1¼ pund laxaflök, 1 tommu þykkt, skorið í 4 bita, húð á, pinnabein fjarlægð
- Vatnakarsa og súrsuðu engifersalat
- Limebátar til skrauts

Leiðbeiningar:

a) Í lítilli skál, þeytið saman jógúrt, engifer, hvítlauk, lime safa, lime börk, hunang, olíu, salt og pipar.

b) Setjið laxinn í grunnt glerskál og hellið marineringunni yfir, snúið laxinum þannig að hann hjúpist á allar hliðar. Lokið og látið marinerast í kæli í 20 til 30 mínútur, snúið einu sinni eða tvisvar.

c) Á meðan skaltu undirbúa kolaeld eða forhita gasgrill. (Ekki nota grillpönnu, laxinn festist.) 3. Notaðu grillbursta með langa skafti og húðaðu grillgrindina með olíu.

d) Settu laxinn með roðhliðinni upp á grillið. Eldið í 5 mínútur. Notaðu 2 málmspaða, snúðu laxabitunum varlega við og eldaðu þar til þau eru ógagnsæ í miðjunni, 4 til 6 mínútur lengur. Takið laxinn af grillinu með 2 spaða. Renndu af húðinni.

e) Kasta karsasalatinu með dressingu og skiptið á 4 diska. Toppið með bita af grilluðum laxi. Skreytið með limebátum. Berið fram strax.

97. Grillaður lax með fennel salati

Afrakstur: 2 skammtar

Hráefni

- 2 140 g laxaflök
- 1 peru fennel; fínt sneið
- ½ pera; fínt sneið
- Nokkrir bitar af valhnetum
- 1 klípa mulið kardimommufræ
- 1 appelsína; sundurskorinn, safi
- 1 búnt kóríander; hakkað
- 50 grömm Létt fromage frais
- 1 Klípa duftformaðan kanil
- Hrært steinsalt og malaður svartur pipar

Leiðbeiningar:

a) Kryddið laxinn með salti og pipar og grillið undir grillinu.

b) Blandið perunni saman við fennel og kryddið með miklu af svörtum pipar, kardimommum og valhnetum.

c) Blandið appelsínusafa og -berki saman við fromage frais og bætið smá kanil út í. Setjið bunka af fennel í miðjuna á disknum og setjið laxinn ofan á. Skreytið diskinn að utan með appelsínubitum og dreypið appelsínufrómasinu yfir.

d) Fennel dregur úr eituráhrifum áfengis í líkamanum og er góð melting.

98. Grillaður lax með kartöflu og karsa

Afrakstur: 6 skammtar

Hráefni

- 3 pund Lítill rauður þunnur hörund
- Kartöflur
- 1 bolli Þunnt sneiddur rauðlaukur
- 1 bolli kryddað hrísgrjónaedik
- Um það bil 1/2 punda karsa
- Skolið og stökkt
- 1 laxaflök, um 2 pund.
- 1 matskeið sojasósa
- 1 matskeið þétt pakkaður púðursykur
- 2 bollar Alder eða mesquite viðarflögur
- Liggja í bleyti í vatni
- Salt

Leiðbeiningar:

a) Í 5 til 6 lítra pönnu, láttu um 2 lítra vatn sjóða við háan hita; bæta við kartöflum. Lokið og látið malla við vægan hita þar til kartöflurnar eru mjúkar þegar þær eru götaðar, 15 til 20 mínútur. Tæmdu og kældu.

b) Leggið laukinn í bleyti í um það bil 15 mínútur í köldu vatni til að hylja. Tæmið og blandið lauknum saman við hrísgrjónaediki. Skerið kartöflur í fernt; bæta við lauk.

c) Snyrtu mjúka vatnakarsakvista af stilknum, saxaðu síðan nógu mikið af stönglunum til að gera $\frac{1}{2}$ bolla (fargaðu aukahlutum eða geymdu til annarra nota). Blandið söxuðum stilkum á stóru sporöskjulaga fati með kartöflusalati við hliðina; hylja og halda köldum. Skolaðu laxinn og þurrkaðu hann. Settu, með húðhliðinni niður, á stykki af þungri filmu. Skerið álpappír til að fylgja útlínum fisksins, skilið eftir 1 tommu landamæri.

d) Kryddu brúnir álpappírsins til að passa upp við brún fisksins. Blandið sojasósu saman við púðursykur og penslið á laxaflakið.

e) Leggið fiskinn á miðju grillsins, ekki yfir kolum eða loga. Hyljið grillið (opið fyrir kol) og eldið þar til fiskurinn er varla ógagnsær í þykkasta hlutanum (skera til að prófa), 15 til 20 mínútur. Færið fiskinn á fat með salati. Saltið eftir smekk. Berið fram heitt eða kalt.

SVERÐFISKUR

99. Mandarín sesam sverðfiskur

Þjónar: 4

Hráefni

- 1/2 bolli ferskur appelsínusafi
- 2 matskeiðar sojasósa
- 2 tsk sesamolía
- 2 tsk rifin fersk engiferrót
- 4 (6-eyri) sverðfisksteikur
- 1 (11-eyri) dós mandarínur appelsínur, tæmd
- 1 msk sesamfræ, ristuð

Leiðbeiningar

a) Blandaðu saman appelsínusafa, sojasósu, sesamolíu og engifer í stórum endurlokanlegum plastpoka; bæta við fiski, innsigla poka og marinera í kæli í 30 mínútur. Fjarlægðu fiskinn úr marineringunni, geymdu marineringuna.
b) Forhitið grillið í miðlungs-mikill hiti.
c) Setjið fiskinn á grillgrind með olíu. Grillið fiskinn í 6 til 7 mínútur á hlið, eða þar til hann flagnar auðveldlega með gaffli.
d) Á meðan, setjið frátekna marinade í pott og látið suðuna koma upp við háan hita. Látið sjóða þar til minnkað og þyknað. Bætið mandarínum við og hellið yfir sverðfiskinn.
e) Stráið sesamfræjum yfir og berið fram.

100. Kryddaðar sverðfiskasteikur

Hráefni

- 4 (4 oz.) Sverðfiskasteikur
- 1/4 tsk Cayenne, timjan og oregano
- 2 matskeiðar paprika
- 2 matskeiðar smjörlíki eða smjör (brætt)
- 1/2 tsk Salt, pipar, laukur og hvítlauksduft

Leiðbeiningar

a) Skerið sverðfisksteikurnar í litla strimla fyrir forrétt. Fyrir máltíð skaltu skilja sverðfiskasteikur eftir heilar. Blandið öllum árstíðum saman. Dýfðu fiskinum í bræddu smjöri. Húðaðu báðar hliðar með kryddi. Sett á grill.

b) Eldið um það bil 4 mínútur; snúið við og eldið í um það bil 4 mínútur í viðbót eða þar til fiskurinn er orðinn stinnari og flagnandi. Gerir 4 skammta.

NIÐURSTAÐA

Sjávarfang er ein af þeim matvælum sem verslað er mikið með sem veitir nauðsynlegan staðbundinn mat og á stóran hlut í hagkerfi margra landa. Finnfiskur og skelfiskur eru tveir helstu flokkar fisksins sem innihalda hvítfisk, olíuríkan fisk, lindýr og krabbadýr.

Sjávarfang hefur verið talið frábær uppspretta ýmissa næringarefna eins og próteina, hollrar fitu (fjölómettaðar fitusýrur sérstaklega omega-3 og omega-6), joðs, D-vítamíns, kalsíums o.s.frv. og þessi efnasambönd hafa fyrirbyggjandi áhrif gegn mörgum hjartasjúkdómum og sjálfsofnæmissjúkdóma.

Milton Keynes UK
Ingram Content Group UK Ltd.
UKHW020828141124
451205UK00012B/771